ஒலிம்பிக்ஸ் டைரி குறிப்புகள்

மாறுபட்ட கோணத்தில் ஒலிம்பிக்ஸ் சரித்திரம்

முகில்

உங்கள் ரசனை மேம்பட
வானவில் புத்தகாலயம்
10/2 (8/2) போலீஸ் குவார்ட்டர்ஸ் சாலை
(தியாகராயநகர் பேருந்து நிலையத்திற்கும்
காவல் நிலையத்திற்கும் இடைப்பட்ட சாலை)
தியாகராயநகர், சென்னை – 600 017
தொலைபேசி : 24342771, 65279654
கைபேசி : 7200050073

Publisher
Karthikeyan Pugalendi
Editor
R. Muthukumar
Managing Editor
P. Karthikeyan
Layout
R. Muthuganesan
S. Nisha
Cover Design
M.Magesh

அச்சிட்டோர் :
கணபதி எண்டர்பிரைசஸ்
சென்னை-2

No part of this book may be reproduced or transmitted in any form without permission in writing from the author or publisher

நீங்கள் Smart Phone உபயோகிப்பவராக இருந்தால் QR Code Reader Application மூலம் இதை Scan செய்தால் நேரடியாக எமது இணையதளத்திற்கு சென்று மேலும் எங்கள் வெளியீடுகள் பற்றிய விவரங்களைப் பெறலாம்.

ISBN : 978-93-82578-89-5

Title:
Olympics Diary Kurippukal
Author:
Mugil
Address:
Vanavil Puthakalayam
10/2(8/2) Police Quarters Road(First Floor)
(Between Thiyagaraya Nagar Bus Stop & Police Station)
Thiyagaraya Nagar, Chennai - 17
Phone: 24342771, 65279654
Cell: 72000 50073

Vanavil Puthakalayam
6 th sense_karthi
e-mail : sixthsensepub@yahoo.com
Website: www.sixthsensepublications.com

Edition:
First : January, 2018

© **Mugil**

E-mail : writermugil@gmail.com

writermugil

No part of this book may be reproduced or transmitted in any form without permission in writing from the author and publisher

Price : Rs. 125

தலைப்பு
ஒலிம்பிக்ஸ் டைரி குறிப்புகள்
நூலாசிரியர்
முகில்

முதற்பதிப்பு : **ஜனவரி, 2018**
பக்கங்கள் : 144
விலை : ரூ.125

உரிமை: © முகில்

வானவில் புத்தகாலயம்
10/2 (8/2) போலீஸ் குவார்ட்டர்ஸ் சாலை(முதல் தளம்)
(தியாகராயநகர் பேருந்து நிலையத்திற்கும்
காவல் நிலையத்திற்கும் இடைப்பட்ட சாலை)
தியாகராயநகர், சென்னை – 600 017
தொலைபேசி : 24342771, 65279654
கைபேசி: 72000 50073
மின்னஞ்சல்: vanavilputhakalayam@gmail.com
Website: www.sixthsensepublications.com

இந்தப் புத்தகத்திலுள்ள எந்த ஒரு பகுதியையும் பதிப்பாளர் மற்றும் எழுத்தாளர் அனுமதியை எழுத்து மூலம் பெறாமல் பதிப்பிக்கக் கூடாது.

பதிப்புரை

ஆசிய துணைக் கண்டத்தின் முதல் பிரதிநிதியாக ஜப்பான் 1912 ஸ்டாக்ஹோம் ஒலிம்பிக்ஸில் பங்குபெற்றது. சீனாவும் இந்தியாவும் பல ஆண்டுகள் பின்னரே முதல் அடியை எடுத்து வைத்தன. ஒரு நூற்றாண்டிற்குப் பிறகு சீனா, ஜப்பானை பின்னுக்குத்தள்ளி பதக்கப்பட்டியலிலும் முன்னிலை வகிக்கிறது. இந்தியாவோ, 100 கோடி ஜனத்தொகையைத் தாண்டி, சீனாவை அவ்விஷயத்தில் தோற்கடிக்க மட்டுமே முன்னேறிக் கொண்டிருக்கிறது.

ஒலிம்பிக் வெற்றி என்பது வெறும் எண்களாலானது அல்ல. அது எண்ணங்களால் ஆனது. இல்லையென்றால் சேலத்தின் குக்கிராமத்தில் கீரை விற்ற சரோஜா அம்மையாரின் மகனான மாரியப்பன் தங்கவேலு இந்தியாவின் தங்க மகனாகத் திகழ்ந்திருக்க முடியாது. ஐந்து வயதில் நிகழ்ந்த லாரி விபத்தால் வலது கால் ஊனமுற்ற போதும், 2016 ரியோ டி ஜனிரோவில் நடந்த பாராலிம்பிக்ஸில் உயரம் தாண்டி தங்கம் வென்றார் மாரியப்பன். ஊடகங்களாலும், ஊர் மக்களாலும் கொண்டாடப்பட்ட இளைஞர், இன்று ஒரு நிலையான வருமானத்திற்காகத் திண்டாடிக் கொண்டிருக்கிறார். இதுதான் இந்தியாவில் கிரிக்கெட் அல்லாத தொழில்முறை விளையாட்டு வீரர்களின் உண்மை நிலை.

கிரேக்கத்தின் பாரம்பரியமான ஒலிம்பிக் போட்டிகள், போர் அல்லாத சமயங்களில் கேளிக்கைக்காக நடத்தப்பட்டவை. ரோம சாம்ராஜ்ஜியத்தின் பரப்பு, இந்த கிரேக்கப் பாரம்பரியத்தைத் தன் ஆதிக்கத்தின் கீழ் உள்ள நாடுகளுக்கும் கொண்டு சென்றது. மன்னராட்சி முடிந்தபின் காலனியாட்சியில் அது கண்டம் கடந்தது. கற்றுக்குட்டிகளுக்காக மட்டும் என்று ஆரம்பிக்கப்பட்ட இந்தப் போட்டிகள், ஏதோ ஒரு திருவிழாவை ஒட்டிய நிகழ்வாக இருந்தன. பின் சர்வதேச அந்தஸ்துடன் நான்கு ஆண்டுகளுக் கொருமுறை (கோடைகால ஒலிம்பிக்ஸ், குளிர்கால ஒலிம்பிக்ஸ்) நடத்தப்பட்டு தனிப்பெரும் கவனம் பெற்றன. தொழில்முறை விளையாட்டு வீரர்களை வார்த்து எடுப்பதன் பின்னால்

உள்ள சரித்திரம், சர்வதேச அரசியல், சமூகப் பொருளாதாரம் ஆகியவற்றை குறுக்குவெட்டுப் பார்வையில் சொல்கிறது இந்த நூல். 'ஒலிம்பிக்ஸ் டைரி குறிப்புகள்' என்ற தலைப்பில் விகடன்.காமில் தொடராக வந்தபொழுதே அமோக வரவேற்பைப் பெற்றதும் குறிப்பிடத்தக்கது..

சரித்திரம் தொடங்கி சமகால அரசியல்வரை பல்வேறு தலைப்புகளில் பிரமாண்டமான தமிழ்ப் புத்தகங்களை எழுதிய முகில் - அச்சு, காட்சி மற்றும் மின் ஊடகங்களில் பரபரப்பாக இயங்கி வரும் முன்னணி எழுத்தாளர். அதிக அளவில் இள வயது வாசகர்களைக் கொண்ட இவர் கிரேக்க மேகங்களின் கடவுள் ஜீயஸின் ஆசிபெற்றவர். அதனால்தான் 'ப்ளேயிங் டு தி கேலரி' என்ற கலையைக் கச்சிதமாக கைவரப் பெற்றுள்ளார். ஒட்டு மொத்தமாக 28 ஒலிம்பிக் பதக்கங்களே வாங்கிய நாட்டில், திடீரென்று வாசகன் கையில் ஒலிம்பிக்கின் முழுவரலாற்றை ஆண்டு வாரியாகத் தொகுத்துக் கொடுத்தால் மூச்சுத் திணறி விடும் என்பது அவருக்குத் தெரியும். ஏனென்றால் இங்கு விளையாட்டுச் செய்திகளைவிட தங்கம், வெள்ளி விலை நிலவரம் பற்றிய ஆர்வம்தான் அதிகம். ஒலிம்பிக் ஜோதியை ஏற்றும் உத்ஸவத்தைவிட திருவண்ணாமலை தீபத்தின் நேரலைக்குத்தான் டி.ஆர்.பி அதிகம். ஆகவேதான் குறுங்கட்டுரைகளாகக் கொடுத்துள்ளார்.

2032 கோடைகால ஒலிம்பிக்கை நடத்தும் வாய்ப்பு கேட்டு சர்வதேச ஒலிம்பிக் சம்மேளனத்தில் இந்தியா விண்ணப்பித்துள்ள நிலையில், அபினவ் பிந்திரா போன்ற இந்திய ஒலிம்பிக் நாயகர்கள், குறைந்தது 40 தங்கங்கள் வெல்லும்வரையாவது ஒலிம்பிக்கை நடத்தும் ஆசையைத் தள்ளிப்போடுங்கள் என்று கருத்து தெரிவித்துள்ளனர்.

தொழில்முறை விளையாட்டு வீரர்கள் வருங்காலத்தில் ஒவ்வொரு வீதியிலிருந்தும் வரவேண்டுமென்றால், அதெல்லாம் மேலை நாடுகளில் வசிப்பவர்களுக்கும், மெத்தப் படித்தவர்களுக்கும்தான் சாத்தியம் என்ற பிம்பத்தைத் தகர்க்க வேண்டும். அதை வேட்டுச்சத்ததுடன் தொடங்கி வைக்கும் ஆயுதமாக இந்தச் சிறுநூல் அமையும்.

பதிப்பாளர்.

பந்தயப் பாதை

1.	ஹிட்லரின் ஒலிம்பிக்ஸ்	➲	7
2.	'அமைதியின் கடவுள்' ஹிட்லர்	➲	12
3.	இருவர் ராஜ்ஜியம்	➲	18
4.	தங்கப்பதக்கம் இல்லாத ஒலிம்பிக்ஸ்	➲	25
5.	ஒரு பெண் - ஓர் ஆண் - மாரத்தான்	➲	31
6.	ஒலிம்பிக்ஸில் கிரிக்கெட்	➲	38
7.	அமெரிக்கா Vs அமெரிக்கா	➲	44
8.	ஒரு தபால்காரரின் கதை	➲	50
9.	ஒருவர் ஓடிய ஓட்டப்பந்தயம்	➲	57
10.	மரணம் என்னும் தூது வந்தது	➲	64
11.	ஒலிம்பிக்ஸின் ரத்தச் சரித்திரம்	➲	70
12.	பறக்கும் குடும்பத்தலைவி	➲	78
13.	மூன்று பேர் மூன்று கனவு	➲	85

14.	அந்த 300 உயிர்களுக்கு அஞ்சலி	➲	91
15.	ஒலிம்பிக்ஸின் நம்பிக்கை மனிதர்கள்	➲	98
16.	அதிகக் குத்து வாங்கினால் தங்கப்பதக்கம்!	➲	105
17.	திருமணங்கள் ஒலிம்பிக்ஸில் நிச்சயிக்கப்படுகின்றன	➲	112
18.	பதக்கம் எனும் அரசியல் ஆயுதம்	➲	119
19.	ஒலிம்பிக்ஸின் தீபம் ஒன்று	➲	127
20.	கே.டி. ஜாதவ் - இந்தியாவின் நாயகன்	➲	135

1

ஹிட்லரின் ஒலிம்பிக்ஸ்

முதல் உலகப் போர் நடக்கக் காரணம் யார்? அதனால் உலகமே சீரழிந்து கிடக்கிறதே. அனைத்துக்கும் காரணம் யார்? அந்தக் கொடூரக் குற்றவாளி யார்?

முதல் உலகப் போருக்கு 'நன்றி' கார்டு போட்ட சமயத்தில், இந்தக் கேள்வி எழுந்தபோது சகல திசைகளிலிருந்தும் ஆள்காட்டி விரல்கள் 'ஜெர்மனி'யை நோக்கித்தான் நீண்டன. ஜெர்மனி, முதல் உலகப்போரில் சந்தித்த இழப்புகளைவிட, அடுத்த 10 ஆண்டுகளில் போர்க் குற்றவாளியாக ஒடுக்கப்பட்டு, நசுக்கப்பட்டு சந்தித்தப் பேரிழப்பு களே மிக அதிகம்.

ப்ச்... என்னதான் இருந்தாலும் ஜெர்மனி பாவம். பொருளாதார ரீதியாக சோம்பிப் போய்க் கிடக்கிறது. அதைக் கொஞ்சம் உற்சாகப்படுத்து வோமே. சர்வதேச நாடுகளுக்கு 1931ல் ஜெர்மனி மீது கருணை சுரந்தது. ஆகவே 1936 சர்வதேச கோடைகால ஒலிம்பிக் போட்டிகளை ஜெர்மனியின் பெர்லின் நகரில் நடத்துவதற்கு ஓர்

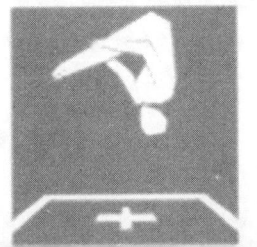

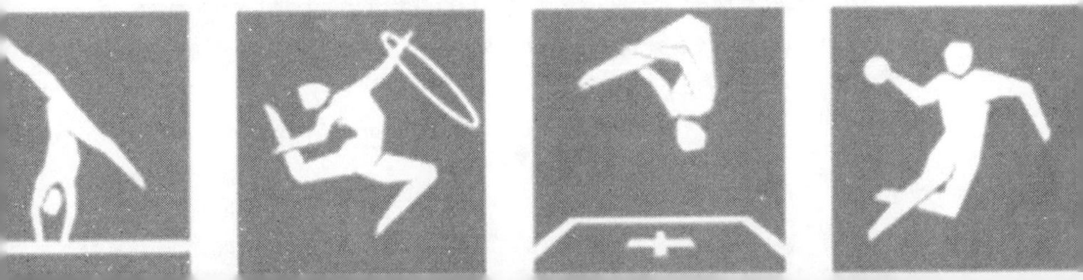

1936 சர்வதேச கோடைகால ஒலிம்பிக் போட்டி

வாய்ப்பு கொடுத்தனர். சர்வதேச ஒலிம்பிக் சங்கத்தினர் நடத்திய வாக்கெடுப்பில் பெர்லின் வென்றது.

ஆனால், 1933ல் ஜெர்மனியில் நாஜி கிரகணம் படர ஆரம்பித்து விட்டது. ஆல் இன் ஆல் ஆரிய வீரியர் அடால்ஃப் ஹிட்லர், ஜெர்மனியைத் தன் வசப்படுத்தியிருந்தார். அவரது அரசியல் காய் நகர்த்தல்கள் ஒவ்வொன்றும் சர்வதேச அளவில் அதிர்வுகளை, அதிர்ச்சிகளை உருவாக்கின. குறிப்பாக, யூத எதிர்ப்பு நடவடிக்கைகள். ஒலிம்பிக்ஸில் யூத விளையாட்டு வீரர்கள் யாரையும் ஹிட்லர் பங்குபெற அனுமதிக்க மாட்டார் என்ற கருத்து அழுத்தமாகப் பரவியது. ஏற்கெனவே ஜெர்மனி யில் பல்வேறு விளையாட்டுகளில் புகழ் பெற்றிருந்த வீரர்கள், தாங்கள் யூதர்கள் என்பதால் வாய்ப்புகள் மறுக்கப்படுவதாகக் குமுற ஆரம்பித்திருந்தனர். ஜிப்ஸி வீரர்களுக்கும் இதே நிலைமைதான்.

'இப்படிப்பட்ட இனவெறி ஆட்சி நடக்கும் ஒரு நாட்டுக்கு யூத வீரர்களை அனுப்ப முடியாது. ஆகவே, ஒலிம்பிக்ஸ் நடக்கும் இடத்தை மாற்ற வேண்டும்' என்று எதிர்ப்புக் குரல்கள் 1934ல் எழ ஆரம்பித்தன. சர்வதேச யூதர்களின் அழுத்தத்தால் அதை அமெரிக்காவும் பிரிட்டனும் ஆதரித்தன. சர்வதேச ஒலிம்பிக் கமிட்டியினர் இடத்தை மாற்றிவிடலாமா என்று தீவிரமாக யோசித்துக் கொண்டிருந்தார்கள். பெர்லினுக்கான வாய்ப்பு கை நழுவிப் போகும் நிலை.

'யூதக் கொசு ஒழிப்புத் திட்டத்துக்கே நேரம் போதவில்லை. இதில் பெர்லினுக்கு ஒலிம்பிக்ஸ் எல்லாம் அநாவசியமே!' என்ற மனநிலையில்தான் ஹிட்லரும் இருந்தார். ஆனால், கொள்கைப் பரப்பு அமைச்சரான ஜோசப் கோயபெல்ஸ், ஹிட்லரிடம் கிசுகிசுத்தார். 'ஐயன்மீர்! ஜெர்மனியின் மீதான களங்கங்களைத் துடைத்தெறிய, அதற்கு சர்வதேச அளவில் நன்மதிப்பு பெற்றுத்தர இந்த ஒலிம்பிக்ஸ் உதவும். அதைக் கொண்டு நாம் வருங்காலத்தில் பல விஷயங்களைச் சாதிக்கலாம். விஷமங்களை அரங்கேற்றலாம்.' ஆகவே, ஹிட்லர் 'நல்லவன்' முகமூடியை எடுத்து அணிந்து கொண்டார். சர்க்கரைப் பொங்கல் வார்த்தைகள் பேச ஆரம்பித்தார்.

சர்வதேசப் பெரியோர்களே! தாய்மார்களே! தாங்கள் எங்களைத் தவறாகப் புரிந்து கொண்டு விட்டீர்கள் என்று நினைக்கிறோம்.

ஒலிம்பிக் போட்டி அரங்கத்தில் ஹிட்லர்

ஜெர்மனியில் யூதர்களுக்கு எந்தவிதத் தடையுமில்லை. அவர்கள் தாராளமாக ஓட லாம், எம்பிக் குதிக்கலாம், மல்லாக்க நீந்தலாம், ஈட்டி எறியலாம், துப்பாக்கிக் கூட சுடலாம். எது வேண்டு மானாலும் செய்யலாம். ஒலிம்பிக்ஸை மிகச் சிறந்த முறையில் நடத்திக் காட்ட பெர்லின் தயாராகிக் கொண்டு வருகிறது. ஒவ்வொரு ஜெர்மனி யனும் இந்த ஒலிம்பிக்ஸை எதிர்பார்த்துக் காத்திருக் கிறான். அனைவரும் வருக! நல்ஆதரவு நல்குக!

பெர்லினில் நடந்த ஒலிம்பிக்ஸ் போல் வேறெங்கும் கண்டதே இல்லை என அனைவரும் பிளந்த வாயை மூடாமல் ஊர் திரும்ப வேண்டுமென்றும் ஹிட்லர், கோயபெல்ஸுக்கு அன்புக் கட்டளை இட்டிருந்தார்.

சொன்னதோடு மட்டுமல்லாமல், ஹெலன் மேயர் என்ற யூதப் பெண்ணை ஜெர்மனி சார்பில் போட்டியிடும் வாள் சண்டை வீராங்கனையாகவும் அறிவித்தார். அதுவரை யோசித்து வந்த அமெரிக்கா, பெர்லின் ஒலிம்பிக்ஸில் பங்கேற்க விருப்பதாக அறிவித்தது. இதனால், யூத எதிர்ப்புக் குரல்கள் அமுங்கிப் போயின. பிற நாடுகளும் தங்கள் நாட்டின் சார்பில் யூத வீரர்களை அனுப்பத் தயாராகின.

ஒலிம்பிக்ஸை நல்லவிதமாக நடத்திக் காட்ட வேண்டிய முழுப்பொறுப்பும் கோயபெல்ஸிடம் ஒப்படைக்கப்பட்டது. பெர்லினில் நடந்த ஒலிம்பிக்ஸ் போல் வேறெங்கும் கண்டதே இல்லை என அனைவரும் பிளந்த வாயை மூடாமல் ஊர் திரும்ப வேண்டுமென்றும் ஹிட்லர், கோயபெல்ஸுக்கு அன்புக் கட்டளை இட்டிருந்தார்.

கோயபெல்ஸ், பரபரவெனத் தயாரானார். அதுவரை ஜெர்மனியெங்கும் மிளிர்ந்து கொண்டிருந்த யூத எதிர்ப்புப் பிரசாரச் சுவரொட்டிகள், அறிவிப்புகள், இன்னபிற அடையாளங்கள் எல்லாம் ஒரே இரவில் காணாமல் போயின. யூத எதிர்ப்பு விதிகள், சட்டங்கள் அனைத்தும் (தாற்காலிகமாக) நீக்கப்பட்டன. செய்தித்தாள்கள் யூத எதிர்ப்புப் பிரசாரமின்றி இயல்பாக வெளிவந்தன. ஜெர்மன் ஒலிம்பிக் கமிட்டி,

ஒலிம்பிக்ஸ் குறித்த செய்திகளை, விளம்பரங்களை, தகவல்களை, வழிகாட்டிகளை ஜெர்மன், ஆங்கிலம் உள்ளிட்ட ஐந்து மொழிகளில் அசத்தலாக அச்சிட்டு வழங்கியது.

ஒலிம்பிக் தீபத்தை ஏற்றி விளையாட்டுப் போட்டிகளைத் தொடங்கும் வழக்கம் பண்டைய ஒலிம்பிக்ஸில் உண்டு. அது *1928* ஒலிம்பிக் போட்டிகளில் மறு அறிமுகம் செய்யப்பட்டது. அதற்கு மேலும் புதுமையாக ஏதாவது செய்ய வேண்டுமென கோயபெல்ஸ் யோசித்தார். ஜெர்மனியின் விளையாட்டுத் துறை செயலாளரான கார்ல் டயெம் ஒரு யோசனை சொன்னார். ‘ஒலிம்பிக்ஸின் தாயகமான கிரீஸில் இருந்து ஒலிம்பிக் தீப்பந்தத்தை ஏந்திக் கொண்டு பல்வேறு இடங்களுக்குக் கொண்டு செல்வோம். பின் அதை ஜெர்மனிக்கு கொண்டு வந்து ஒலிம்பிக் தீபம் ஏற்றுவோம்.’

பெர்லின் ஒலிம்பிக் தீபம்

அந்த அருமையான யோசனை அழகாகச் செயல்படுத்தப்பட்டது. வெயில், சூறாவளி, பனி, மழை என எதிலும் அணைந்துவிடாத விசேஷமான ஒலிம்பிக் தீப்பந்தத்தை ஜெர்மனிய நிறுவனம் ஒன்று தயாரித்தது. இரண்டாயிரத்துக்கும் மேற்பட்ட மாரத்தான் வீரர்கள், ஆளுக்கு ஒரு கிலோ மீட்டர் வீதம், கிரீஸின் ஒலிம்பியாவிலிருந்து, பெர்லினுக்கு ஒலிம்பிக் தீப்பந்தத்துடன் ஓடி வந்தார்கள். அது பெர்லின் ஒலிம்பிக்ஸுக்கு மிக நல்ல விளம்பரத்தையும் நன்மதிப்பையும் தேடிக் கொடுத்தது. அதிலிருந்துதான் ஒலிம்பிக் தீப்பந்தம் பல்வேறு நாடுகளுக்கும் பயணம் செய்யும் வழக்கம் ஆரம்பமானது.

1932ல அமெரிக்காக்காரன் லாஸ் ஏஞ்சல்ஸுல ஒலிம்பிக்னு ஒண்ணு நடத்துனானே... அதெல்லாம் சப்பை. 1936ல தலைவர் ஹிட்லர் பெர்லின்ல ஒலிம்பிக்ஸ் நடத்துனாரு பாரு... ஆயுசுக்கும் மறக்க முடியாது. ஆஹா ஓஹோன்னு அசத்திட்டாரு!

உலகமே வாய்பிளக்கும் அளவுக்கு அப்படி என்னதான் செய்தார் ஹிட்லர்?

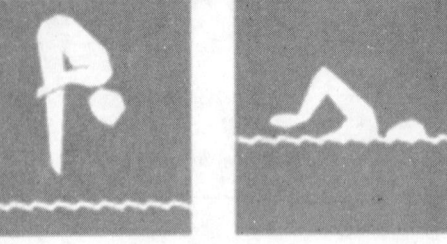

2

'அமைதியின் கடவுள்' ஹிட்லர்

இதுவரை உலகில் நடத்தப்பட்ட ஒலிம்பிக் போட்டிகளில் ஹிட்லர் நடத்திய பெர்லின் ஒலிம்பிக் போல் பிரமாண்டமான ஒன்றை யாம் வேறெங்கும் கண்டதில்லை பராபரமே! இப்படிச் சகல தேசத்தினரும் வியந்தே வீழ்ந்துவிட வேண்டும் என்று கங்கணம் கட்டிக் கொண்டு வேலை பார்த்தார் கோயபெல்ஸ்.

ஒலிம்பிக்ஸ் ஏற்பாடுகளுக்காகவே ஏராளமான நிதி ஒதுக்கப்பட்டது. சர்வ வசதிகளுடனும் கூடிய, ஒரு லட்சம் பேர் அமரும் விதத்தில் ஒலிம்பிக் ஸ்டேடியம் அதிவேகமாகத் தயாரானது. 130 ஏக்கர் பரப்பளவில், ஜெர்மனியின் வரைபட வடிவில், சர்வதேச வீரர்களும் தங்கும் வகையிலான ஒலிம்பிக் கிராமம் இயற்கையான சூழலில் மிக நேர்த்தியாக உருவாக்கப்பட்டது. ஒவ்வொரு நாட்டு வீரர்களுக்கும் தனித்தனி குடியிருப்புகள். எல்லா வசதிகளும் நிறைந்த 160 கான்கிரீட் வீடுகள் எழுந்தன. அந்தந்த நாட்டின் மொழி பேசத் தெரிந்த உதவியாளர்கள், அந்தக் குடியிருப்புகளில் பணிக்கு

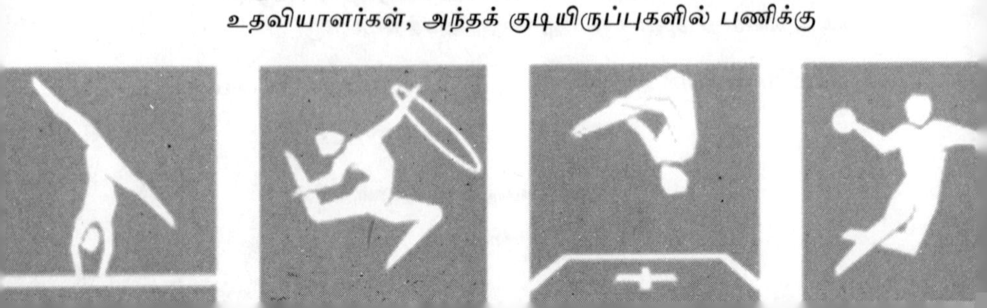

அமர்த்தப்பட்டார்கள். ஒவ்வொரு நாட்டின் வீரர்களுக்கும் அவர்களது உணவுக் கலாசாரத்துக்கேற்ற வகையில் உணவுகள் வழங்கப்பட்டன. தவிர, அவர்களது படுக்கை அறைகூட, அந்தந்த நாடுகளுக்கேற்ப அமைக்கப்பட்டன. உடற்பயிற்சிக்கான வசதிகள், நீச்சல் குளங்கள், 400 மீ தடகளப் பாதை, வங்கி, அஞ்சலகம் போன்ற வசதிகளும் உண்டு. அனைத்து வீரர்களும் இந்தக் கவனிப்பில் திக்குமுக்காடிப் போனார்கள்.

நகரமெங்கும் விதவிதமான சிலைகள்

ஒலிம்பிக்ஸைக் காண பெர்லினுக்கு வந்த வெளிநாட்டுச் சுற்றுலா பயணிகள், ஜெர்மனியர்களின் பணிவான வரவேற்பை, அன்பான உபசரிப்பை, வியத்தகு விருந்தோம்பலைக் கண்டு நெக்குருகிப் போனார்கள். 'ச்சே! ஹிட்லரைப் போய் தப்பா நெனைச்சுட்டோமே!' என்று நொந்து கொண்டார்கள். பெர்லின் சாலைகளும் தெருக்களும் அவ்வளவு சுத்தமாக மின்னின. நகரமெங்கும் விதவிதமான சிலைகள், அலங்காரங்கள்

13 ♛ ஒலிம்பிக் டைரி குறிப்புகள்

அசத்தின. ஒலிம்பிக்ஸ் சார்ந்த நிகழ்ச்சிகள், பிற பொழுதுபோக்கு நிகழ்ச்சிகள் கண்களை நிறைத்தன. அதுவரை அவர்கள் கேள்விப்பட்ட 'இனவெறி சமாசாரங்கள்' எதுவுமே எங்குமே எட்டிப்பார்க்கவில்லை. 'ஐ லவ் ஜெர்மனி!' என்று சர்வதேச சுற்றுலாப் பயணிகள் வாயார 'நற்சான்றிதழ்' கொடுத்தார்கள். வெளிநாட்டுப் பத்திரிகையாளர்களும், இதர ஊடகத்தினரும் நல்ல முறையில் கவனிக்கப்பட்டனர். மிதமிஞ்சிய மரியாதை யுடன் நடத்தப்பட்டனர். ஆக, சர்வதேச அளவிலும் செய்திகள் 'சிறப்பாகவே' வெளிவந்தன.

'தன் மேலுள்ள அத்தனைக் களங்கங்களையும் துடைத்தெறிய இந்த வாய்ப்பை ஜெர்மனி அருமையாகப் பயன்படுத்திக் கொண்டுள்ளது. இன்றைய தேதியில் உலகிலேயே அமைதியாக, அழகாக வாழ்பவர்கள் பெர்லின் நகர மக்களே!' - தி நியு யார்க்கர் இதழ் கொண்டாடியது. 'தற்போது ஜெர்மனியர்கள் மிகச் சிறந்த வாழ்க்கையை வாழ்ந்து கொண்டிருக்கிறார்கள். இன்று உலகிலிருக்கும் மிகச்சிறந்த அரசியல் தலைவர்களில் ஹிட்லரும் ஒருவர்' - நியு யார்க் டைம்ஸ் உச்சி முகர்ந்தது. ஹிட்லருக்குப் பரம திருப்தி. ஆகவே, கோயபெல்ஸுக்கு 100 மீ ஓட்டப்பந்தயத்தில் தங்கம் வாங்கிய திருப்தி.

1936, ஆகஸ்ட் 2. பதினோராவது ஒலிம்பிக்ஸ் தொடக்க விழா. ஒரு லட்சம் பேர் மைதானத்தில் நிரம்பி வழிந்தார்கள். மூவாயிரம் பேர் சேர்ந்திசைப் பாடல் ஒன்றைப் பாட, மறைந்த ஜெர்மனியின் அதிபர் 'ஹிண்டென் பெர்க்' பெயரிடப்பட்ட மாபெரும் விமானம் ஒன்று, மைதானத்தை ஜெர்மனியின் கொடியுடன் கடந்து சென்றது. ஜெர்மனியர்கள் தேச பக்தி பொங்க மெய்சிலிர்த்தார் கள். ஹிட்லர், கையில் பூங்கொத்தை ஏந்திய படி, ஒரு சிறுமியுடன் 'அமைதியின் கடவுள்' போல மைதானத்துக்குள் பிரசன்னமானார். அந்தப்

> ஹிட்லர், மைதானமே அதிரும் குரலில் உரையாற்றினார். 'இப்போதும் சரி, எப்போதும் சரி, நான் அமைதியையே விரும்புகிறேன். நாம் அத்தகைய அமைதியான உலகில் என்றும் வாழ்வோம்!'

போட்டிகளைப் பார்வையிடும் ஹிட்லர்

பொழுதில் 360 டிகிரியிலும் நாஜி சல்யூட். ஹிட்லரைப் புகழ்ந்து ஓயாத கோஷங்கள். சர்வதேசப் பார்வையாளர்கள் பிரமித்துப் போனார்கள். ஜெர்மனியர்கள் ஹிட்லர் மேல் இவ்வளவு மரியாதை வைத்திருக்கிறார்களா! ஹிட்லர் இத்தனை வலிமை யானவரா!

20000 வெண்புறாக்கள் சிறகடித்துப் பறக்க, ஒலிம்பிக் தீபம் ஏற்றப்பட்டது. பலத்த ஆரவாரத்துக்கிடையே ஹிட்லர், மைதானமே அதிரும் குரலில் உரையாற்றினார். 'இப்போதும் சரி, எப்போதும் சரி, நான் அமைதியையே விரும்புகிறேன். நாம் அத்தகைய அமைதியான உலகில் என்றும் வாழ்வோம்!' என்று அவர் பேசிய பேச்சுக்கு அமைதிக்கான நோபல் பரிசைத் தூக்கி விட்டெறிந்திருக்கலாம்.

மைதானத்தில் பறக்கவிடப்பட்ட பல்லாயிரம் புறாக்கள் அங்கேயே சுற்றி வந்தன. தொடக்க விழாவின் ஒரு நிகழ்வாக பீரங்கிகள் முழங்க, புறாக்களுக்கு அடிவயிறு கலங்கிவிட்டது. ஹாயாக வாய் பிளந்து கண்டுகளித்த பார்வையாளர்கள் மேல் ஆய்! தலைகளும் தொப்பிகளும் நாசமாயின. சலசலப்பு. அருவருப்பு. கலகலப்பு. அதில் ஏதேனும் ஒரு யூதப் புறா ஹிட்லரைத் தேடிப்பிடித்து அவர் மீது எச்சமிட்டதா என்பது குறித்த வரலாற்று புருடாக்கள் ஏதுமில்லை.

Leni Riefenstahl - நாஜிக்களுக்கான பிரசாரப் படங்கள் எடுத்துக் கொடுத்த ஜெர்மனியின் பெண் இயக்குநர். நடிகை, நடனப் பெண், புகைப்படக்காரர் என்று லெனிக்குப் பல முகங்கள் உண்டு. புதிய கருவிகளைக் கொண்டு, நவீன உத்திகளில், ஆச்சரியமான கோணங்களில் படமெடுக்கும் திறமை கொண்ட லெனியை ஹிட்லருக்குப் பிடிக்கும். நாஜியின் அதிகாரபூர்வ ஃபிலிம் மேக்கரான லெனி, ஒலிம்பிக்ஸ் நிகழ்வுகள் பலவற்றையும் ஆச்சரியப்படுத்தும் விதத்தில் படம் பிடித்தார். பெர்லின் நகருக்குள் இருபத்தைந்து இடங்களில் திரைகட்டி, ஒலிம்பிக்ஸ் நிகழ்வுகள் ஒளிபரப்பு செய்யப்பட்டன. முப்பத்து மூன்று கேமராமேன்கள், சுமார் பத்துலட்சம் அடி நீளமுள்ள காட்சிகளைப் பதிவு செய்தார்கள். பெர்லின் ஒலிம்பிக்ஸின் பிரமாண்டம் அதில் அச்சு அசலாகப் பதிவு செய்யப்பட்ட லெனியின் ஆவணப்படம், இரண்டு பாகங்களாக 1938 ஏப்ரலில் வெளியிடப்பட்டு, சர்வதேச அளவில் பெருத்த வரவேற்பைப் பெற்றது. காட்சிகள் சரியாகத் தெரியவில்லை, தெளிவில்லை என்று குறைகள் எழுந்தாலும், ஒலிம்பிக்ஸ் வரலாற்றில் தொலைக்காட்சி உபயோகப்படுத்தப்பட்டது அதுவே முதல்முறை.

தொடக்க விழாவில் 51 நாடுகளைச் சேர்ந்த ஐயாயிரத்துக்கும் மேற்பட்ட விளையாட்டு வீரர்கள் மைதானத்தில் அகர வரிசைப் படி அணிவகுத்து வந்தனர். இந்திய வீரர்கள் இங்கிலாந்தின் கொடியை ஏந்தி வந்தனர். பிரான்ஸ் வரும்போது, ஜெர்மனியர்களிடையே சலசலப்பு. பிரான்ஸ் வீரர்கள், எதிரித் தலைவரான ஹிட்லருக்கு சல்யூட் வைப்பார்களா என்று. அவர்கள் சல்யூட் வைத்தார்கள். ஜெர்மனியர்கள் ஆர்ப்பரித்தார்கள். 'ஹிட்லருக்கு வைத்த சல்யூட் அல்ல, அது ஒலிம்பிக் சல்யூட்' என்று பின்னர் பிரான்ஸ் சமாதானம் சொன்னது. இங்கிலாந்து வீரர்களும், அமெரிக்க வீரர்களும் ஹிட்லருக்கு கையால் சல்யூட் வைக்காமல், ராணுவ ஸ்டைலில் வலதுபக்கம் தலையைத் திருப்பி மரியாதை செய்து கடந்து சென்றது குறிப்பிடத்தக்கது.

உலகுக்குத் தன்னை உத்தமனாகக் காட்டிக் கொண்ட ஹிட்லர், ஒரு விஷயத்தில் விட்டுக் கொடுக்கவில்லை. 'பெர்லின் ஒலிம்பிக்ஸில் ஜெர்மனியே அதிகப் பதக்கங்கள் வெல்ல வேண்டும். ஆரியர்களே வீரியமானவர்கள் என்று நிரூபித்தே தீர வேண்டும்' என்ற ரகசியமாகக் கட்டளை இட்டிருந்தார்.

போட்டிகளைப் படம் பிடிக்கும் லெனி

ஜெர்மனிய வீரர்களுக்கு 'தேச வெறியை' ஊட்டும் விதத்தில் பிரசங்கங்கள் நிகழ்த்தப்பட்டன. நம் தேசத்துக்குப் பெருமை சேர்க்க நாம் இதில் வென்றே ஆக வேண்டுமெனக் களத்தில் ஆவேசமாகச் செயல்படக் கூர்தீட்டப்பட்டனர்.

1936 பெர்லின் ஒலிம்பிக்ஸின் இறுதியில் ஒட்டுமொத்தப் பதக்கப் பட்டியலில் ஜெர்மனி முதலிடம் பிடித்தாலும், ஒரு கறுப்பரிடமும், ஓர் இந்தியரிடமும் ஹிட்லரின் ஆரிய வெறி படுதோல்வி அடைந்தது.

அந்த இருவர்…

பெர்லின் ஒலிம்பிக்ஸ் முதல் நாள் நிகழ்வுகள் : வீடியோவைக் காண
https://www.youtube.com/watch?v=3805N8UYnrU

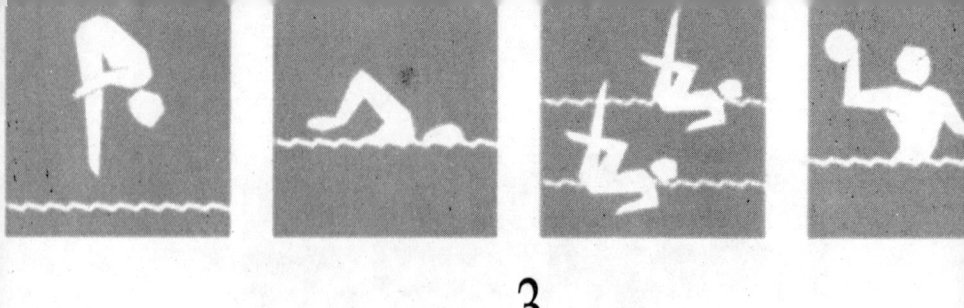

3

இருவர் ராஜ்ஜியம்

ஹிட்லர் வாசலுக்கே வந்து வெற்றிலை பாக்கு வைத்து அழைத்தாலும் சரி. நாங்கள் பெர்லின் ஒலிம்பிக்ஸைப் புறக்கணிக்கணிக்கிறோம் என்று திட்டவட்டமாக அறிவித்திருந்தது சோவியத் ரஷ்யா. தவிர, பல நாடுகளில் உள்ள யூத விளையாட்டு வீரர்கள், பெர்லின் ஒலிம்பிக்ஸில் கலந்து கொள்வதைத் தவிர்த்தார்கள். ஸ்பெயின் ஒருபடி மேலே சென்று, அதே சமயத்தில் பார்சிலோனாவில் போட்டி ஒலிம்பிக்ஸ் ஒன்றை நடத்தத் திட்ட மிட்டது. அதற்காகப் பல்வேறு ஏற்பாடுகளும் நடந்து வந்த நிலையில், ஸ்பெயினில் மக்கள் புரட்சி வெடித்ததால், போட்டி ஒலிம்பிக்ஸ் புஸ்வானமாகிப் போனது.

19 ஆப்பிரிக்க அமெரிக்கர்கள், 5 யூதர்கள் உள்பட 312 வீரர்களை அமெரிக்கா அனுப்பிவைத்தது. 'நாங்கள் ஆப்பிரிக்க அமெரிக்கர்களை மிகுந்த மதிப்புடன் நடத்துவோம்' என்று புன்னகை செய்தது ஜெர்மனி. அதிகபட்சமாக 348 வீரர்களை ஜெர்மனி களமிறக்கியிருந்தது. 1932 ஒலிம்பிக்ஸில்

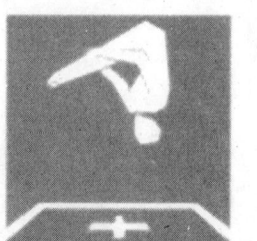

ஜெர்மனி, மூன்று தங்கப்பதக்கங்கள் பெற்று ஒன்பதாவது இடத்தைப் பிடித்திருந்தது. ஆனால், 1936 பெர்லின் ஒலிம்பிக்ஸில் ஜெர்மனி, 89 பதக்கங்களை அள்ளி முதலிடத்தைப் பிடித்தது. அதில் 33 தங்கம், 26 வெள்ளி, 30 வெண்கலம் அடக்கம். எப்போதும் உச்சத்தில் இருக்கும் அமெரிக்கா, 56 பதக்கங்களுடன் இரண்டாமிடத்துக்குத் தள்ளப்பட்டது. ஒரே ஒலிம்பிக்ஸில் ஒன்பதாம் இடத்திலிருந்து முதலிடத்துக்கு வருவதெல்லாம் சாத்தியமில்லாத விஷயம். நாஜிக்கள் ஏமாற்றுகிறார்கள் என்று கிளம்பிய சர்ச்சைகளுக்குப் பஞ்சமில்லை.

அந்தச் சூழலில் சர்வதேச ரசிகர்களின் பார்வை மொத்தமும் ஒரு வீரரின் மேல் குவிந்திருந்தது. ஜெர்மனியர்களும் குறுகுறுவென அவரைத்தான் கவனித்துக் கொண்டிருந்தனர். அவர் அமெரிக்கத் தடகள வீரரான 23 வயது ஜெஸி ஓவன்ஸ். கறுப்பினத்தைச் சேர்ந்தவர். வறுமையைத் தன் மனவலிமையால் வென்று மேலே வந்தவர். இருந்தாலும் சொந்த தேசத்திலேயே அவர் எதிர்கொண்ட இனவெறி இன்னல்கள் ஏராளம். அதையெல்லாம் மீறி, உலகம் உற்றுக் கவனிக்கும் அமெரிக்கத் தடகள வீரராக அசத்திக் கொண்டிருந்தார். 1935ல் ஜெஸி, தன் முதுகுத் தண்டின் வால் எலும்பில் பலத்த காயம் ஏற்பட்டிருந்தாலும் மிச்சிகெனில் நடந்த பிக் டென் சாம்பியன்ஷிப்ஸ் போட்டிகளில் கலந்துகொண்டார். கீழே குனிந்து தரையைத் தொட முடியாத வலியுடன் தடகளத்தில் ஓடினார். தடதட வேகத்தில், 100 மீட்டரில் உலக சாதனை நேரத்தைச் சமன் செய்தார். அடுத்த சில நிமிடங்களில் நீளம் தாண்டி, புதிய உலக சாதனை படைத்தார். அதற்கடுத்த அரை மணி நேரத்தில் 220 யார்டு ஓட்டத்தில் மற்றுமோர் உலக சாதனையை வசப்படுத்தினார். தொடர்ந்து 220 யார்டு தடை தாண்டும் ஓட்டத்தில் முதலாவதாக வந்தார். ஆக, அடுத்தடுத்த சாதனைகளால் 1936 ஒலிம்பிக்ஸில் அமெரிக்காவுக்குத் தங்கம் அள்ளித்தரப்போகும் அசகாய வீரராக ஜெஸி ஓவன்ஸ் பேசப்பட்டார்.

பெர்லினில் வந்திறங்கிய ஜெஸியை, சர்வதேச இளம் ரசிகைகள் கூட்டம் சூழ்ந்து கொண்டது. அதேசமயம், ஜெஸியை அங்கிருந்து அடித்துத் துரத்த வேண்டும் என்ற நோக்கத்துடனும் ஒரு கூட்டம் திரண்டிருந்தது. பலத்த பாதுகாப்புடன் ஜெஸி, ஒலிம்பிக் கிராமத்துக்கு அழைத்துச் செல்லப்பட்டார்.

ஜெஸியின் முன்பு ஜெர்மனி வீரர்கள் ஒன்றுமில்லாமல் போய் விடுவார்களோ என்று ஜெர்மனியர்களுக்கு உள்ளூர பயம்தான். ஜெஸி கலந்து கொண்ட போட்டிகளை ஹிட்லரும் கூர்ந்து கவனித்தார். நீளம் தாண்டுதலுக்கான தகுதிச் சுற்று. லஸ் லாங் என்ற ஜெர்மனிய வீரர், முதல் வாய்ப்பிலேயே தகுதி பெற, ஹிட்லர் முகத்தில் அத்தனை உற்சாகம். நீளம் தாண்டுதலில் ஜெர்மனி தங்கப்பதக்கம் வென்றே தீர வேண்டும் என்பதற் காகவே ஹிட்லர், லஸ் லாங்குக்கு ரகசியப் பயிற்சிகள் கொடுத்து தயார் செய்திருக்கிறார் என்று கேள்விப்பட்டிருந்தார் ஜெஸி. அதுவே அவரைப் பதட்டத்துக்குள்ளாக்கியது. கவனச் சிதறல். ஜெர்மனி ரசிகர்களின் எதிர்ப்புக் குரல்கள். பதக்கம் வெல்லாவிட்டால் தன்னை அமெரிக்கர்கள் இனவெறியால் எப்படியெல்லாம் குத்திக் கிழிப்பார்கள் என்ற மன அழுத்தம். ஜெஸி தடுமாறினார். தவறுக்கு மேல் தவறு செய்தார்.

அப்போது லஸ் லாங், ஜெஸியிடம் வந்தார். அன்புடன் பேசினார். அக்கறையும் நம்பிக்கையும் ததும்பும் வார்த்தை களால் ஒத்தடம் கொடுத்து, ஜெஸியின் பதட்டத்தைக் குறைத்தார். ஜெஸியும் லஸ் லாங்கும் நெருங்கிப் பேசுவதைக் கண்டதும் நாஜிக்களின் கண்களில் கனல். தெளிவு பெற்ற ஜெஸி, தெம்புடன் நீளம் தாண்டி, இறுதிச்சுற்றுக்குத் தகுதி யடைந்தார்.

நீளம் தாண்டுதலுக்கான தகுதிச் சுற்று

தங்கம் வென்ற ஜெஸியுடன் லஸ் லாங் (இடது)

'நாளை தங்கம் உங்களுக்கே! இன்றே வாழ்த்திவிடுகிறேன்!' லஸ் லாங் அன்புடன் ஜெஸியின் கைகளைப் பற்றினார். இப்படி ஒரு மனிதர் இருக்க முடியுமா! ஜெஸி நெகிழ்ந்தார்.

மறுநாள். நீளம் தாண்டுதல் - இறுதிப்போட்டியில் முதலில் தாண்டிய லஸ் லாங் அபாரமாக புதிய உலக சாதனை படைத்தார். மைதானமே மகிழ்ச்சியில் அதிர, ஹிட்லரின் முகத்தில் கர்வமும் பெருமிதமும். அடுத்து ஓவன்ஸ் நீளம் தாண்ட, ஹிட்லரின் முகம் தொங்கிப் போனது. ஆம். லஸ் லாங்கின் சமீபத்திய சாதனையை சுடச்சுட முறியடித்து புதிய உலக சாதனை. அந்த ஒலிம்பிக்ஸில் ஜெஸி ஓவன்ஸ், நான்கு பிரிவுகளில் (நீளம் தாண்டுதல், 100 மீ, 200 மீ, 4 x 100 மீ) தங்கப் பதக்கங்கள் வென்று புதிய சாதனை படைத்தார். ஆரியர் களே வீரியமானவர்கள் என்ற ஹிட்லரின் பொய்ப்

டிரெஸ்ஸிங் ரூமில் பிரிட்டிஷ் தேசிய கீதத்தைப் பாடச் சொல்லி அணி மேலாளர்கள் வற்புறுத்தினர். இந்தியக் கொடியை ஏற்றி, வந்தே மாதரம் பாடலைப் பாடி விட்டுக் களமிறங்கினார் தியான் சந்த்.

21 ஒலிம்பிக் டைரி குறிப்புகள்

பிரசாரம், ஜெஸி ஓவன்ஸால் ஆட்டம் கண்டது. நிறவெறி பிடித்த அமெரிக்கர்களின் முகத்திலும் கரியைப் பூசி நெஞ்சை நிமிர்த்தினார் ஜெஸி ஓவன்ஸ்.

களத்தில் பல்வேறு விளையாட்டுகளில் ஜெர்மனி ஆதிக்கம் செலுத்தியதும் உண்மை. ஆனால், ஒரே ஒரு விளையாட்டில் இந்தியாவை யாரும் நெருங்க முடியவில்லை. ஹாக்கி. அதிலும் சர்வதேச வீரர்களையும் தன் அசாத்தியத் திறமையால் அடக்கி மண்டியிட வைத்தார் ஓர் இந்தியர். அவர் பெயர் தியான் சந்த்.

தியான் சந்த்

1905ல் உத்தரப்பிரதேசத்தில் பிறந்தவர். 1922ல் இந்திய ராணுவத்தில் சேர்ந்தவர். ஆகச்சிறந்த ஹாக்கி வீரர். 1928 ஒலிம்பிக்ஸில் இந்தியா ஹாக்கியில் தங்கம் வெல்லக் காரணமானவர் இவரே. களத்தில் அவரது கட்டுப்பாட்டுக்குள் ஹாக்கி பந்து வந்துவிட்டால், எதிரணியினர் அதைக் கைப்பற்றுவது சிரமம். இவர் ஹாக்கி மட்டைக்குள் ஏதேனும் பதுக்கி வைத்திருக்கிறாரா என்று ஒருமுறை ஜப்பானியர்கள் சோதனை செய்து பார்த்ததும் உண்டு. அதற்கு பதில் சொல்லும் விதமாக, ஒரு போட்டியில் சாதாரண வாக்கிங் ஸ்டிக்கை வைத்து, களமிறங்கி கோல்கள் அடித்து கெத்துக் காட்டினார் தியான் சந்த்.

1932 லாஸ் ஏஞ்சல்ஸ் ஒலிம்பிக்ஸில் ஹாக்கி ஃபைனலில் இந்தியா, அமெரிக்காவை 24-1 என்ற கோல் கணக்கில் புறமுதுகிட்டு ஓடச் செய்தது. அதில் தியான் சந்த் அடித்த கோல்கள் 8.

1936ல் பெர்லினுக்கு இந்தியா சார்பில் 27 வீரர்கள் சென்றிருந்தனர். 4 தடகள வீரர்கள், 3 மல்யுத்த வீரர்கள், பளுதூக்கும் வீரர் ஒருவர், ஹாக்கி அணியில் 19 பேர். ஹாக்கி அணியின் கேப்டனாக தியான் சந்த். இந்தியா சுலபமாக இறுதிப்போட்டிக்குத் தகுதி பெற்றது. மோதவிருந்த எதிரணி ஜெர்மனி. டிரெஸ்ஸிங் ரூமில் பிரிட்டிஷ் தேசிய கீதத்தைப் பாடச் சொல்லி அணி மேலாளர்கள்

ஜெர்மனி - இந்தியா ஹாக்கி இறுதிப்போட்டி

வற்புறுத்தினர். இந்தியக் கொடியை ஏற்றி, வந்தே மாதரம் பாடலைப் பாடிவிட்டுக் களமிறங்கினார் தியான் சந்த்.

ஜெர்மனி வென்றே தீர வேண்டும் என்ற வேட்கையுடன் ஹிட்லரும் கேலரியில் அமர்ந்திருந்தார். ஆட்டத்தின் முதல் பாதியில் 1-0 என்ற கோல் கணக்கில் இந்தியா முன்னணி பெற்றது. இரண்டாம் பாதியில் ஜெர்மனி விட்டதைப் பிடிக்குமென அதன் ரசிகர்கள் கனவு காண, இந்தியா விஸ்வரூபம் எடுத்தது. இந்திய வீரர்களின் ஆக்ரோஷத்தைச் சமாளிக்க இயலாமல் திணறியது ஜெர்மனி. களத்தில் கைகலப்பு. ஜெர்மனி கோல் கீப்பர் தியான் சந்த் மீது வேண்டுமென்றே மோதியதில் அவரது பல் ஒன்று உடைந்து போனது. முதலுதவி பெற்று வந்த தியான் சந்த், 'ஜெர்மனியர்களுக்குப் பாடம் கற்றுத் தந்தே தீர வேண்டும்' என்று மேலும் ஆவேசத்துடன் பரபரவென இயங்கினார். போட்டியின் முடிவில் இந்தியா, 8-1 என்ற கோல் கணக்கில் வெற்றி பெற்றது. மூன்று கோல்களை அடித்திருந்த தியான் சந்த், ஹிட்லரை ஆக்கிரமித்திருந்தார்.

மறுநாள் ஹிட்லர், தியான் சந்தைத் தனிப்பட்ட முறையில் சந்திக்க அழைத்திருந்தார். தியான் சந்த் சென்றார். 'ஜெர்மனியின் ராணுவத்தில் மதிப்புமிக்க பதவி அளிக்கிறேன். இங்கேயே இருந்துவிடுங்கள்' என்று வாய்ப்பளித்தார் ஹிட்லர். 'தங்கள் அன்புக்கு நன்றி. இந்தியாவில் எனக்குப் பெரிய குடும்பம் இருக்கிறது. என்னால் இங்கிருக்க முடியாது' என்று

தன்மையாக மறுத்துவிட்டாராம் அவர். ஜெர்மனியின் ஹாக்கி அணியில் இணைந்து விடுமாறு ஹிட்லர் அழைத்ததாகவும், 'நான் இந்தியன், என் தேசம் தவிர வேறெந்த அணிகளுக்கும் விளையாட விருப்பமில்லை' என்று தியான் சந்த் பதிலளித்த தாகவும் சுவாரசியக் கதைகள் பேசிக் கொண்டார்கள். ஆனால், இவை குறித்தெல்லாம் தியான் சந்த் தனது வாழ்க்கை வரலாற்று நூலில் எதுவும் குறிப்பிடவில்லை.

1936 பெர்லின் ஒலிம்பிக்ஸை ஆகச் சிறப்பாக நடத்திக் காட்டி யதன் மூலம், 'ஜெர்மனி யூதர்களின் எதிரி' என்ற இமேஜ் தூள் தூளாகிப் போயிருந்தது. ஒலிம்பிக்ஸின் முடிவில் சர்வதேச அளவில் ஹிட்லர், மாபெரும் தலைவராக மதிப்பு பெற்றார்.

அடுத்த ஒலிம்பிக்ஸ் 1940ல் டோக்கியோவில் என்று ஒலிம்பிக் கமிட்டியினர் திட்டமிட்டிருந்தனர். அதை எப்படியெல்லாம் நடத்தலாம் என்று ஜப்பானியர்களும் திட்டமிட்டுக் கொண்டிருந்தனர். 'உங்கள் யாருக்கும் எதையும் திட்டமிடும் உரிமை கிடையாது. அடுத்தடுத்து உலகில் என்ன நடக்க வேண்டும் என்பதை நானே திட்டமிடுவேன்' என்று தனக்குள் கொக்கரித்துக் கொண்டார் ஹிட்லர்.

ஆம், ஹிட்லர் இரண்டாம் உலகப்போரை ரிப்பன் வெட்டி ஆரம்பித்து வைத்திருந்தார். 1936ல் விளையாட்டுக் களத்தில் ஜெர்மனியுடன் மோதிய நாடுகள், 1940ல் போர்க்களத்தில் மோதிக் கொண்டிருந்தன.

பெர்லின் ஒலிம்பிக்ஸில் ஜெஸி ஓவன்ஸ் - வீடியோவைக் காண:
https://www.youtube.com/watch?v=HCmvDwDocrw

பெர்லின் ஒலிம்பிக்ஸ் இந்தியா - ஜெர்மனி ஹாக்கி இறுதிப்போட்டி - வீடியோவைக் காண:
https://www.youtube.com/watch?v=7qsExhTB42U

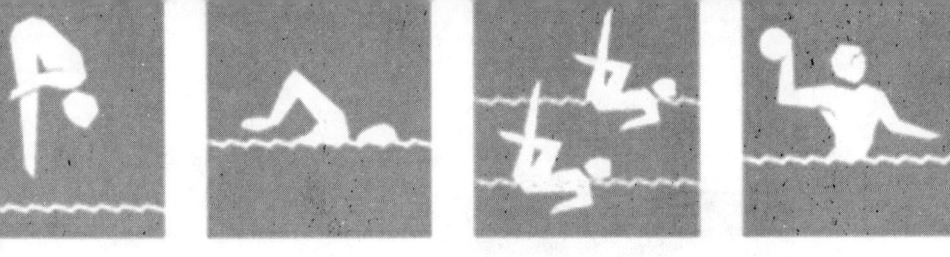

4

தங்கப்பதக்கம் இல்லாத ஒலிம்பிக்ஸ்

அவர் பெயர் ஜீயஸ். ஒலிம்பியா மலையில் வாழ்பவர். வானத்தின் கடவுள். அதில் தோன்றும் இடியின் கடவுளும் அவரே. கடவுள்களுக்கெல்லாம் அரசரும் அவரே. காமத்தில் கரைகண்டவர். பெண் பித்தர். மன்னிக்கவும். கடவுளல்லவா. அப்படிச் சொல்லக்கூடாது. ஏகப்பட்ட பெண்களுக்கு வாழ்க்கை அளித்தவர். அதனால், ஏகப்பட்ட கடவுள்களை வாரிசாகப் பெத்துப் போட்டவர். இப்பேர்ப்பட்ட பல பெருமைகளுக்குச் சொந்தக்காரர் ஜீயஸ் என்கின்றன கிரேக்க புராணங்கள். அவரை மகிழ்விப்பதற்காகப் பண்டைய கிரேக்கர்கள், கிரீஸின் ஒலிம்பியா நகரத்தில் விழா எடுத்தார்கள். அதன் ஒரு பகுதியாக தடகளப் போட்டிகளை நடத்தினார்கள். பண்டைய கிரேக்கத்தின் வெவ்வேறு நகரங்களை, ராஜ்ஜியங்களைச் சேர்ந்தவர்கள் மோதிக் கொண்டார்கள். கிமு 776 முதல் கிபி 393 வரை பண்டைய ஒலிம்பிக் போட்டிகள் (பொதுவாக 4 ஆண்டுகளுக்கு ஒருமுறை) நடைபெற்றன. கிபி 393ல் கிறித்துவ மதத்தை அரச மதமாக மாற்ற

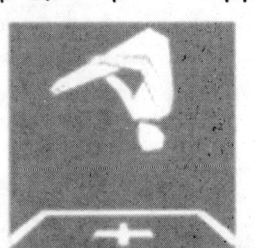

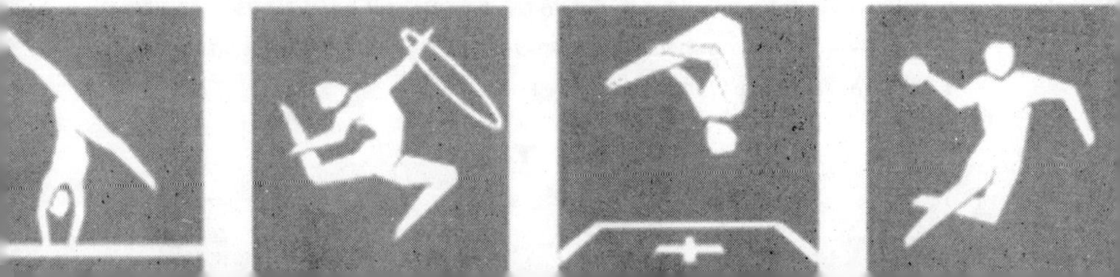

நடவடிக்கைகள் மேற்கொள்ளப் பட்டன. அதன் ஒரு பகுதியாக பாரம்பரிய ஒலிம்பிக் போட்டிகள் நிறுத்தப்பட்டன.

பியெரி டி கோபெர்டின்

பத்தொன்பதாம் நூற்றாண்டில் சிலர், ஒலிம்பிக்ஸ் என்ற பெயரில் சிறிய அளவில் போட்டிகளை அங்கொன்றும் இங்கொன்றுமாக நடத்தி வந்தனர். இதையெல்லாம் பிரெஞ்சுக் கல்வியாளரும் வரலாற்றாளருமான பியெரி டி கோபெர்டின் கவனித்து வந்தார். அவருக்குச் சர்வதேச அளவில் பல தேச வீரர்களை வரவழைத்து விளையாட்டுப் போட்டிகளை நடத்த வேண்டும். பண்டைய ஒலிம்பிக்ஸுக்குப் புத்துயிர் கொடுக்க வேண்டும் என்ற ஆசை இருந்தது. சமூகத்தில் பெரும் செல்வாக்குடன் இருந்த கோபெர்டின், பலருடன் இணைந்து அதற்கான முயற்சி களில் தீவிரமாக இறங்கினார். 1894ல் சர்வதேச ஒலிம்பிக் கமிட்டியை உருவாக்கினார். முதல் நவீன ஒலிம்பிக் போட்டியை, அதன் பிறப்பிடமான கிரீஸில் 1896 ஏப்ரலில் நடத்த முடிவு செய்தார்கள். இப்படியாக ஒலிம்பிக்ஸுக்கு மறுபிறவி அளித்த கோபெர்டின், நவீன ஒலிம்பிக்ஸின் தந்தையாக வரலாற்றில் இடம்பிடித்தார்.

கிமு ஆறாம் நூற்றாண்டில் கட்டப்பட்ட பான்ஏதெனிக் என்ற விளையாட்டரங்கம், பல நூற்றாண்டுகளுக்குப் பிறகு, முதல் ஒலிம்பிக்ஸுக்காக மீண்டும் புதுப்பிக்கப்பட்டது, 60000 பேர் அமரும் வகையில். கிரீஸ், அமெரிக்கா, இங்கிலாந்து, ஆஸ்திரேலியா, பல்கேரியா, சிலி, டென்மார்க், இத்தாலி, ஸ்வீடன், பிரான்ஸ், ஜெர்மனி, ஸ்விட்சர்லாந்து, ஹங்கேரி, ஆஸ்திரியாஆகிய 14 நாடுகள் முதல் ஒலிம்பிக்ஸில் கலந்து கொண்டன. ஆசியாவி லிருந்து எந்த நாடும் இடம்பெறவில்லை. ஏப்ரல் 6 அன்று ஆரம்பித்த ஒலிம்பிக்ஸில் கிரீஸின் அரசர் முதலாம் ஜார்ஜ் கலந்து கொண்டார். கிரேக்கக் கவிஞர் காஸ்டிஸ் பலாமாஸ் இயற்றி, கிரேக்க இசைக்கலைஞர் ஸ்பைரைடான் சமராஸ் இசையமைத்த 'ஒலிம்பிக் கீதம்' பாடப்பட்டது.

பான்ஏதெனிக் விளையாட்டரங்கம்

போட்டியில் கலந்து கொண்டவர்களெல்லாம் முறையாகப் பயிற்சி பெற்ற விளையாட்டு வீரர்கள் இல்லை. ஏதாவது விளையாட்டு கிளப்களில் உறுப்பினராக இருந்தவர்கள், விளையாட்டில் ஆர்வம் கொண்டவர்கள், 'சும்மா போய்த்தான் பார்ப்போமே' என்ற ஆர்வக்கோளாறில் வந்தவர்கள் என்று விதவிதமான குணச்சித்தர்கள் கலந்துகொண்ட ஒலிம்பிக்ஸ் அது.

இந்த ஏதென்ஸ் ஒலிம்பிக்ஸில் முதல் இரண்டு இடங்களைப் பிடிப்பவர்களுக்கே பரிசு வழங்கப்பட்டது. அதிலும் பட்ஜெட் கட்டுப்படியாகாது என்பதால் தங்கம் கிடையாது. முதல் பரிசு வெள்ளிப் பதக்கம், ஆலிவ் மாலை. இரண்டாம் பரிசு தாமிரப் பதக்கம், லாரல் மாலை. மூன்றாவது இடம்பிடித்தவர் மூஞ்சியைத் தூக்கி வைத்துக் கொண்டாலும் எதுவும் கிடையாது.

1896 ஏதென்ஸ் ஒலிம்பிக்ஸில் நீச்சல் போட்டிகளும் இருந்தன.

முதல் பரிசு வெள்ளிப் பதக்கம்

ஆனால், அதற்கென தனியாக நீச்சல் குளம் கட்டப் பணம் இல்லை. 'எல்லாரும் படகுல ஏறுங்க. ஏறியாச்சா? கடலுக்குள்ள போப்பா!' என்று நீச்சல் வீரர்களை குறிப்பிட்ட தொலைவுக்கு கடலுக்குள் அழைத்துச் சென்றனர். அங்கிருந்து குதித்து கரையை நோக்கி நீந்தச் செய்தனர். ஆக்ரோஷ அலைகள், கடும் குளிர், கடல் நீச்சலில் அனுபவமின்மை போன்ற காரணங்களினால் பலரும் திணறினர். உயிர் பயம் சூழ மீண்டும் படகைத் தேடினார்கள்.

அல்பிரெட் ஹாஜோஸ்

அந்தக் கடலுக்குப் பழகிய கிரீஸ் வீரர்களையே சுலபமாக முந்திக் கொண்டு சென்றார் அல்பிரெட் ஹாஜோஸ் என்ற ஹங்கேரிய வீரர். அசத்தலாக நீந்தி வேகவேகமாகக் கரையேறினார். 100 மீ, 1200 மீ ஃப்ரீஸ்டைல் பிரிவுகளில் முதலிடம் பிடித்தார் ஹாஜோஸ். 500 மீ போட்டியிலும் நீந்த அவருக்கு ஆசைதான். ஆனால், 100 மீ போட்டி முடிந்த உடனேயே 500 மீ ஆரம்பித்ததால் ஹாஜோஸால் கலந்து கொள்ள முடியவில்லை. மறுநாள், 'ஹங்கேரியின் டால்பின்' என்று பத்திரிகைகள் ஹாஜோஸைப் புகழ்ந்தன.

ஹாஜோஸின் நினைவில் தன் பதின்மூன்றாவது வயதில் நிகழ்ந்த மறக்கவியலாத துன்பியல் சம்பவம் நிழலாடியது. அவர் கண்முன்பாகவே அவரது தந்தை ஆற்றில் மூழ்கி இறந்து போனார். 'என் அப்பாவுக்கு நீச்சல் தெரிந்திருந்தால் பிழைத்திருப்பார் அல்லவா' - கண்கள் கசிந்தன. தந்தையின் இழப்புதான் ஹாஜோஸை வெறியுடன் நீச்சல் கற்க வைத்தது என்பது பின்னணி சோகம்.

அமெரிக்க வீரரான ராபர்ட் காரெட். குண்டு எறிதலில் பயிற்சி பெற்றவர். 'கிரீஸ் ஒலிம்பிக்ஸ்ல வட்டு எறியுற போட்டி இருக்குது. குண்டுக்கு பதிலா வட்டு. அவ்வளவுதான். நீ வேணா போய்ப்பாரு' என்று ஒருவர் ஆலோசனை சொன்னார். ராபர்ட் தனக்குத் தெரிந்த கொல்லரிடம் வட்டு ஒன்றை செய்யச்

ராபர்ட் காரெட்

சொன்னார். அவர் கற்பனையில் செய்து கொடுத்த வட்டு 14 கிலோ இருந்தது. 'இவ்வளவு கனமெல்லாம் எறிய முடியாது. உருட்டித்தான் விடணும். வட்டே எறிய வேண்டாம்!' என்று பின் வாங்கினார் ராபர்ட்.

ஏதென்ஸில் பயன்படுத்தப்படும் வட்டு சுமார் இரண்டே கால் கிலோ தான் இருக்கும் என்ற உண்மை தெரிந்தபின், சந்தோஷமாகப் பெட்டி கட்டினார் ராபர்ட். வட்டு எறிதல் கிரீஸின் பாரம்பரிய விளையாட்டு. கிரீஸ் வீரரும் வட்டு எறிதலில் கில்லியுமான பனோஜியோடிஸ் என்பவர், ஸ்டைலாக வட்டு எறிய மைதானம் அதிர்ந்தது. 'ஓ, இப்படித்தான் எறிய வேண்டுமா' என்று அவரைப் பார்த்துக் கற்றுக்கொண்டு ராபர்ட் களமிறங்கினார். அவர் எறிந்த வட்டு பார்வையாளர்கள் மத்தியில் சென்று விழ, மைதானத்தில் சிரிப்பொலி. பின் மூச்சைப்பிடித்து, முக்கி முனகி முழு மூச்சுடன் வட்டை எறிந்தார். 29.15 மீ சென்று விழுந்தது. மைதானமே மூர்ச்சை யானது. ஆம், ராபர்ட்டுக்கே முதலிடம். தவிர, குண்டு எறிதலிலும் முதலிடம் பிடித்தார்.

1900ல் பாரிஸில் நடந்த ஒலிம்பிக் போட்டிக்கும் ராபர்ட், வட்டையும் குண்டை யும் தூக்கிக் கொண்டு போனார். வட்டு எறிதலில் ஏதென்ஸில் கைகொடுத்த அதிர்ஷ்டம், பாரிஸில் கைவிட்டது. முறையான பயிற்சி இன்றி எறிந்ததால் காற்றில் வட்டு சகல திசை களிலும் பறந்தது. சிலமுறை மரங்களில் மோதி விழுந்தது. ராபர்ட் தகுதி இழந்தார்.

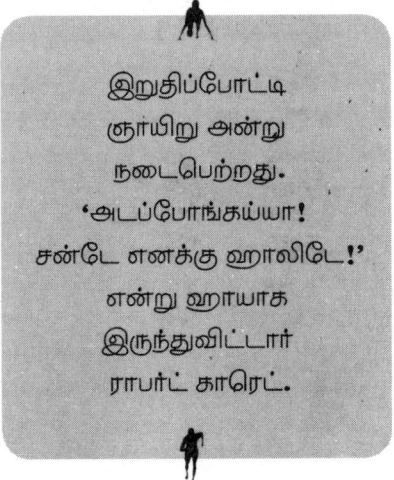

இறுதிப்போட்டி ஞாயிறு அன்று நடைபெற்றது. 'அடப்போங்கய்யா! சன்டே எனக்கு ஹாலிடே!' என்று ஹாயாக இருந்துவிட்டார் ராபர்ட் காரெட்.

அதேசமயம், குண்டு எறிதலில் சுலபமாக இறுதிப்போட்டிக்குத் தகுதி பெற்றார். ஆனால், அதில் அவர் கலந்து கொள்ளவில்லை. காரணம், இறுதிப்போட்டி ஞாயிறு அன்று நடைபெற்றது. 'அடப்போங்கய்யா! சன்டே எனக்கு ஹாலிடே!' என்று ஹாயாக இருந்துவிட்டார் ராபர்ட் காரெட்.

முதலாம் ஒலிம்பிக் போட்டியில் ஆண்கள் மட்டுமே விளையாட அனுமதிக்கப்பட்டனர். பெண்கள் யாரும் அனுமதிக்கப் படவில்லை. 'பெண்களா? அவங்க மைதானத்துல இறங்கி விளையாடறது சரிப்படாது. ஒழுக்கம் கெட்டுப் போயிரும். அதுக்கான தகுதியும் திறமையும் அவங்களுக்குக் கிடையாது. போட்டியெல்லாம் சுவாரசியமா இருக்காது. அதனால பெண்கள், தங்களோட மகன்களை திறமையா, வலிமையா வளர்த்து போட்டிக்கு அனுப்புற வேலையைப் பார்த்தா மட்டும் போதும்' என்று பெண்களை ஒட்டுமொத்தமாக ஒதுக்கி வைத்தார் ஒலிம்பிக்ஸின் தந்தை கோபெர்டின். தவிர, பண்டைய ஒலிம்பிக்ஸிலும் பெண்களுக்கு இடமிருந்த தில்லை.

அது பல பெண்களுக்குக் கோபத்தைக் கொடுத்தது. அதில் ஒரு பெண் மட்டும், இந்தத் தடையை எல்லாம் மீறி ஒலிம்பிக்ஸில் கலந்து கொள்ள வேண்டும் என்று தீர்க்கமாகக் களமிறங்கினாள். தான் மட்டும் கலந்து கொண்டு சாதித்துவிட்டால், தனக்குப் பெயர் கிடைக்கும், புகழ் கிடைக்கும், ஆணாதிக்க மனப்பான்மையை ஒழியும். பெண்களும் விளையாடுவதற்கான தடை உடையும். அனைத்தையும்விட தன் வறுமைக்கு ஒரு தீர்வும் உண்டாகும்.

யோசித்த அந்தப் பெண், மாரத்தான் ஓட்டத்தைத் தொடங்கு வதற்காக ஆண் வீரர்கள் குவிந்திருந்த அந்த ஊருக்கு வந்து சேர்ந்தாள். தனி ஒருத்தியாக. அத்தனைக் கண்களும் அவளை ஏளனமாகப் பார்த்தன.

 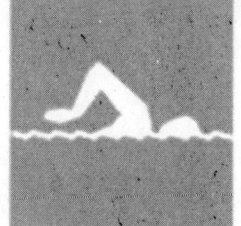  

5

ஒரு பெண் – ஓர் ஆண் – மாரத்தான்

பால்யம் முதல் இளமை வரை வறுமை சூழ் வாழ்க்கை வாழ்ந்து கொண்டிருந்த அந்தப் பெண்ணின் பெயர், ஸ்டமாடா ரெவிதி. கிரீஸில் பிறந்தவள். இரண்டு குழந்தைகளுக்குத் தாய். முதல் குழந்தை இறந்திருந்தது. இரண்டாவது குழந்தைக்கு சுமார் ஒன்றரை வயது. ஏதென்ஸில் ஒலிம்பிக் போட்டிகள் நடைபெறுகிறதாமே. அங்கே சென்றால் ஏதாவது வேலை கிடைக்கும் என்று தன் ஊரிலிருந்து நடந்தே கிளம்பினாள்.

ஏதென்ஸுக்குச் செல்லும் வழியில் ஓட்டப்பந்தய வீரர் ஒருவரைச் சந்தித்தாள் ரெவிதி. அவளது நிலைமையைக் கேட்ட அந்த வீரர் சில ஆலோசனைகளை வழங்கினார். 'நீ மாரத்தான் பந்தயத்தில் ஓடு. பெயர், புகழ், பணம், வேலை எல்லாம் கிடைக்கும்.' ரெவிதி, அந்த வார்த்தைகளை நம்பினாள்.

'மாரத்தான்' என்ற ஊரிலிருந்து 40 கிமீ ஓடி பான்ஏதெனிக் மைதானத்தை அடைய வேண்டும். போட்டியில் ஆண்கள் மட்டுமே கலந்துகொள்ள

  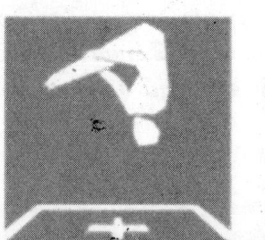 

முடியும். பெண்கள் அதற்கெல்லாம் லாயக்கற்றவர்கள். அவர்களால் இயலாது என்பதே 1896ன் ஒலிம்பிக்ஸ் விதி. பண்டைக்காலத்தின் ஒலிம்பிக்ஸில்கூட அப்படித்தான் கட்டுப்பாடுகள் இருந்தன. ஒலிம்பிக் போட்டிகளைப் பார்க்கக்கூட பெண்களுக்கு அனுமதி மறுக்கப்பட்டது. மீறிப் பார்க்க வருபவர்களுக்கு கிரேக்கர்கள் மரண தண்டனை விதித்ததாகச் சொல்கிறது வரலாறு.

ஸ்டமாடா ரெவிதி

ரெவிதி, தடைகளை மீற முடிவு செய்தாள். போட்டி தொடங்கவிருந்த மாரத்தான் என்ற ஊருக்கு நடந்தே சென்றாள் (ஏப்ரல் 9). அங்கே ஆண் வீரர்கள் மறுநாள் போட்டிக்காக தயாராகிக் கொண்டிருந்தார்கள். தானும் மாரத்தான் போட்டியில் கலந்துகொள்ளப் போவதாக உரக்கக் கூறினாள். ஆண்களைத் தன்னால் எளிதாக முந்திவிட முடியும் என்று அவளுக்கு நம்பிக்கை இருந்தது. ஆனால், அங்கிருந்த அத்தனைக் கண்களும் ஏளனமாகப் பார்த்தன. அத்தனை உதடுகளும் கேலியாகச் சிரித்தன.

'நீ ஓடி முடித்து மைதானத்தை அடையும்போது ஒருவரும் அங்கே இருக்க மாட்டார்கள். மைதானமே காலியாகக் கிடக்கும்' என்று உரக்கச் சிரித்தான் ஒருவன். 'கிரேக்கப் பெண்களைக் கேலி செய்யாதே' என்று தன் பெரிய கண்களில் கனல் காட்டினாள் ரெவிதி. அந்த ஊரின் மேயர், ரெவிதி அன்று இரவு தங்குவதற்கு இடம் கொடுத்தார்.

ஏப்ரல் 10, 1896. மாரத்தான் தொடங்குவதற்கு முன்பு அங்கே தேவாலயத்தில் பிரார்த்தனை நடந்தது. ஆண் வீரர்களை ஆசிர்வதித்த மதகுரு, ரெவிதியை நிராகரித்தார். போட்டி அமைப்பாளர்களும் அவளுக்கு அனுமதி மறுத்தனர். 'அமெரிக்க வீராங்கனைகளோடு இன்னொரு போட்டி இருக்கிறது. அதில் நீ ஓடு' என்று பொய் சொல்லி அவளை ஏமாற்றப் பார்த்தனர். ரெவிதி, எதையும் சட்டை செய்யவில்லை.

ஒரு காகிதத்தில் மாரத்தான் ஊரின் மேயர், அங்குள்ள நீதிபதி, ஓர் ஆசிரியர் மூவரிடமும் சாட்சிக் கையெழுத்து வாங்கினாள். அதில் அவள் மாரத்தானிலிருந்து ஓட ஆரம்பித்த விவரம் குறிப்பிடப்பட்டிருந்தது. காலை எட்டு மணி. நிதானமான வேகத்தில் சுறுசுறுப்பாக ஓடத் தொடங்கினாள். ஒவ்வொரு ஊராகக் கடந்தாள். கொஞ்சம்கூட களைத்து உட்காரவில்லை. தன்னால் முழு தூரத்தையும் கடக்க முடியும் என்ற நம்பிக்கை அவளை உத்வேகத்துடன் தொடர்ந்து ஓடச் செய்தது. பகல் 1.30 மணிக்கு ஏதென்ஸின் பான்ஏதெனிக் விளையாட்டு அரங்கை அடைந்தாள். ஐந்தரை மணி நேரத்தில் 40 கிமீ தொலைவு. ஆனால், ராணுவ வீரர்கள் அவளை அரங்கத்துக்குள் அனுமதிக்க மறுத்தார்கள். அவளது ஓட்டத்தைப் பார்த்த பலரிடமும் சாட்சிக் கையெழுத்து வாங்கிக் கொண்டு வந்து, அதிகாரிகளிடம் போராடினாள். ஒலிம்பிக் கமிட்டியினரைச் சந்திக்க முயற்சிகளை மேற்கொண்டாள். என்னென்னவோ முயற்சி செய்தாள். ஆனால், கடைசி வரை ரெவிதியின் மாரத்தான் சாதனை அதிகாரபூர்வமாக அங்கீகரிக்கப்படவில்லை என்பது வரலாற்றுச் சோகம்.

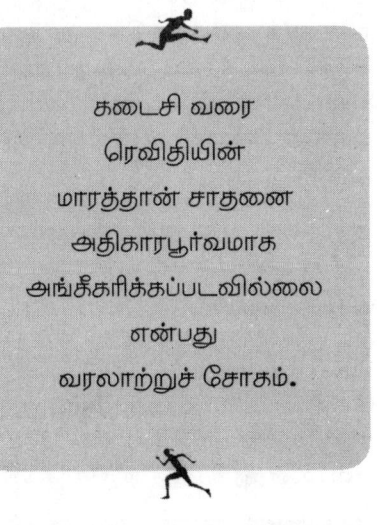

கடைசி வரை ரெவிதியின் மாரத்தான் சாதனை அதிகாரபூர்வமாக அங்கீகரிக்கப்படவில்லை என்பது வரலாற்றுச் சோகம்.

நவீன ஒலிம்பிக்ஸில் தடைகளைத் தாண்டி அடியெடுத்து வைத்த முதல் பெண் வீராங்கனை என்ற அளவில் ரெவிதி முக்கியத்துவம் பெறுகிறாள். 1896ல் ரெவிதியின் தைரியமான செயல்பாட்டினால்தான் அடுத்த ஒலிம்பிக்ஸில் விதிகள் தளர்ந்தன. 1900 பாரிஸ் ஒலிம்பிக்ஸில் பெண்கள் கலந்துகொள்ள அனுமதிக்கப்பட்டனர்.

ரெவிதி ஓடி, சுமார் 88 ஆண்கள் கழித்து, 1984 லாஸ் ஏஞ்சல்ஸ் கோடைகால ஒலிம்பிக்ஸில்தான் பெண்கள் மாரத்தான் சேர்க்கப்பட்டது. அதில் அமெரிக்காவின்

ஜோன் பெனாய்ட் என்ற அமெரிக்க வீராங்கனை, 2 மணி 24 நிமிடத்தில் கடந்து தங்கம் வென்றார்.

ஜோன் பெனாய்ட்

ரெவிதிக்கு வாழ்க்கையில் எந்தவிதத்திலும் கைகொடுக்காத மாரத்தான், ஆண் வீரர் ஒருவரது வாழ்க்கையையே புரட்டிப்போட்டது. ஸ்பைரைடோன் லூயிஸ் என்பது அவரது திருப்பெயர். விளையாட்டு வீரர் என்பதுகூடத் தவறுதான். பிழைப்புக்காக ஓரிடத்திலிருந்து இன்னோர் இடத்துக்குத் தண்ணீர் சுமந்து சென்று விற்றுக் கொண்டிருந்தார். வண்டியெல்லாம் கிடையாது. ஓட்டமும் நடையுமாக, மனிதத் தண்ணீர் வண்டியாகத்தான் வாழ்ந்து கொண்டிருந்தார் லூயிஸ்.

அசராமல் பல மைல்கள் நடப்பதும் ஓடுவதும் அவருக்குச் சாதாரணம் என்பதால் மாரத்தான் போட்டியில் கலந்துகொள்ள முடிவெடுத்தார். 1896, ஏப்ரல் 10 அன்று காலை மாரத்தான் ஓட்டம் ஆரம்பமானது. மொத்தம் 17 ஆண்கள் ஓடினார்கள். லூயிஸ் உள்பட 13 பேர் கிரேக்கர்கள். மீதி 4 பேர் வேறு தேசத்தைச் சேர்ந்தவர்கள். அதற்கு முன்பு நடந்த குறைந்த தூர ஓட்டப் பந்தயங்களிலெல்லாம் கிரீஸுக்கு எந்த வெற்றியும் கிடைக்கவில்லை என உள்ளூர் மக்கள் சோகத்தில் இருந்தார்கள். மாரத்தான் ஓட்டம் என்பது கிரேக்கத்தின் பெருமைக்குரிய அடையாளம். அதில் ஒரு கிரேக்க வீரர் வெற்றி பெறாவிட்டால் ஒலிம்பிக்ஸ் நடத்தும் நமக்குப் பெருத்த அவமானமாகி விடும் என்றும் தவித்தார்கள்.

ஸ்பைரைடோன் லூயிஸ்

இந்த மாதிரியான அழுத்தங்கள் எதுவும் இன்றி சீரான வேகத்தில் ஓடிக் கொண்டிருந்தார் 23 வயது லூயிஸ். ஓடும் வழியில் பைகெர்மி என்ற

ஊரை அடைந்தார். அது அவருடைய கேர்ள் பிரெண்ட் இருக்கும் ஊர். வந்ததுதான் வந்துவிட்டோம். டார்லிங்கை ஒருமுறை பார்த்துவிட்டுச் சென்றுவிடலாம் என்று அவளது வீட்டுக்குள் நுழைந்தார். அன்பு வரவேற்பு. அவள் தன் காதலருக்கு நாலைந்து ஆரஞ்சு சுளைகள் உரித்துக் கொடுத்தாள். காதலி கைப்பட்டதல்லவா. இனிமையாக இருந்தது. லூயிஸின் வருங்கால மாமனார் அங்கு வந்தார். 'மாப்ள! இதைக் குடிச்சிட்டு தெம்பா ஓடுங்க!' என்று ஒரு கிளாஸில் காக்னக் (Cognac, ஒரு வகை பிராந்தி) கொடுத்தார். மடக்கென வாங்கிக் குடித்துவிட்டு, காதலியுடன் கிக்கான பார்வைகளைப் பரிமாறிவிட்டு, மீண்டும் ஓட ஆரம்பித்தார் லூயிஸ்.

முன்னே எத்தனை பேர் ஓடிக்கொண்டிருக்கிறார்கள் என்று அவர் அலட்டிக் கொள்ளவே இல்லை. 'யார் முதல்ல ஓடுறாங்க என்பது முக்கியமில்லை. கடைசில யார் முதல்ல வர்றாங்க என்பதுதான் முக்கியம்' என்ற பன்ச் டயலாக் அப்போது அவருக்குள் தோன்றியிருக்கலாம்.

அல்பின் என்ற பிரெஞ்சு வீரர் முதலில் ஓடிக் கொண்டிருந்தார். அவர் நல்ல ஓட்டக்காரராக அறியப்பட்டவர். ஆனால், 32 கிலோ மீட்டர் தொலைவில் அவருக்கு நாக்கு தள்ளியது. இயலாமல் தரையோடு படுத்துவிட்டார். சிறிது நேரத்தில் அவரை ஒருவர் முந்திச் சென்றார். ஆஸ்திரேலியர். எட்வின் ஃப்லேக். அந்த ஒலிம்பிக்ஸில் 800 மீ, 1500 மீ பந்தயங்களில் முதலிடம் பிடித்திருந்தார் எட்வின். அவருக்குப் பின்னே வெகுதூரம் தள்ளிதான் லூயிஸ் வந்து கொண்டிருந்தார்.

பான்ஏதெனிக் மைதானத்தில் கிரேக்க ரசிகர்கள் நிலை கொள்ளாமல் காத்திருந்தனர். கிரேக்க வீரர்தான் முதலாவது வரவேண்டும். வேறு யாரும் வந்துவிடக்கூடாது.

அந்த நேரத்தில் மாரத்தான் வீரர்களை சைக்கிளில் பின்தொடர்ந்து வந்த ஒருவர் வேகவேகமாக மைதானத்துக்குள் புகுந்தார். 'ஆஸ்திரேலிய வீரர்தான் முன்னணியில் இருக்கிறார்' என்று அவர் சொல்ல, ரசிகர்கள் முகங்கள் எல்லாம் தொங்கிப் போயின. கொஞ்ச நேரத்தில் இன்னொரு சைக்கிள்காரர் வேகமாக வந்தார். தன் அடிவயிற்றிலிருந்து கத்தினார். 'லூயிஸ் வந்து கொண்டிருக்கிறார்!'

1896 மாரத்தான் பந்தயம்

நீண்ட தூரம் ஓடிப் பழக்கமில்லாத ஆஸ்திரேலியரான எட்வின் ஓட்டத்தை முடிக்க இயலாமல் சோர்ந்து விழுந்தார். அவரை நிதானமாக முந்திய லூயிஸ், பான்ஏதெனிக் மைதானத்துக்குள் நுழைந்தார். மைதானமே ஆர்ப்பரித்தது - Hellene! Hellene! என்று. (கிரேக்கன்! கிரேக்கன்! என்று அர்த்தம்.) லூயிஸ், எல்லைக் கோட்டைத் தொட்டு நிமிர்ந்தார். ரசிகர்கள் ஆரவாரத்துடன் தங்கள் தொப்பிகளைக் காற்றில் பறக்க விட்டனர். கிரீஸின் அரசர் முதலாம் ஜார்ஜ், அரசவை முக்கியஸ்தர்கள், ஒலிம்பிக் கமிட்டி அதிகாரிகள், ஊர்ப் பெரியவர்கள், மக்கள் என எல்லோரும் கூடி, லூயஸைப் பாராட்டில் திளைக்கச் செய்தனர். அந்த மாரத்தானில் இரண்டாவது, மூன்றாவது இடங்களையும் கிரேக்க வீரர்களே பிடித்தனர்.

பரிசளிக்கும் ஜார்ஜ் மன்னர்

ஏதென்ஸின் ஹீரோவாக உயர்ந்தார் லூயிஸ். பரிசுப் பொருள்கள், பணம் எல்லாம் குவிந்தன. 'நம்ம கடைக்கு வாங்க! உங்களுக்கு நகைகளைப் பரிசா தர்றேன்' என்றார் ஒரு நகைக் கடைக்காரர். 'நம்ம சலூன்ல உங்க ஆயுசுக்கும் கட்டிங் - ஷேவிங் இலவசம்!' என்றார் ஒரு நாவிதர்.

அரசர் முதலாம் ஜார்ஜும் லூயிஸிடம் கேட்டார். 'உனக்கு என்ன பரிசுப் பொருள் வேண்டுமானாலும் கேள்! உடனே ஏற்பாடு செய்கிறேன்.'

சற்றே யோசித்து, கொஞ்சம் தயக்கத்துடன் லூயிஸ் கேட்ட பரிசு, 'என் தொழிலுக்கு உபயோகப்படுற மாதிரி, ஒரு தண்ணீர் வண்டியும், அதை இழுக்க கழுதைங்களும் வேணும்.'

1896 ஏதென்ஸ் ஒலிம்பிக்ஸ் - வெளிச்சத் துளிகள்

- தடகளம், பளுதூக்குதல், வாள் சண்டை, மல்யுத்தம், ஜிம்னாஸ்டிக்ஸ், சைக்கிளிங், நீச்சல், துப்பாக்கிச் சுடுதல், டென்னிஸ் ஆகிய ஒன்பது போட்டிகள் முதலாவது ஒலிம்பிக்ஸில் நடத்தப்பட்டன. கலந்து கொண்ட மொத்த வீரர்களின் எண்ணிக்கை 241.

- ஜிம்னாஸ்டிக்ஸில் எட்டு பிரிவுகளில் நடந்த போட்டிகளில் ஐந்தில் ஜெர்மனி அணி வென்றது. கிரீஸின் சார்பாக கலந்து கொண்ட ஜிம்னாஸ்டிக் வீரர்களில் ஒருவர் டிமிட்ரியாஸ் லாண்ட்ரோஸ். அப்போது அவரது வயது, 10 வருடம் 218 நாள்கள். மிகக் குறைந்த வயதில் ஒலிம்பிக்ஸில் கலந்துகொண்ட வீரர் என்ற சாதனை இன்றும் இவர் வசமே உள்ளது.

- ஆரம்ப காலத்தில் தங்கப் பதக்கம் வழங்கப்படா விட்டாலும், பின்னர் முதலிடம் தங்கம், இரண்டாமிடம் வெள்ளி, மூன்றாமிடம் வெண்கலம் என்று ஒலிம்பிக்ஸ் சாதனைப்பட்டியல் அதிகார பூர்வமாக மாற்றியமைக்கப் பட்டது. அதன்படி 1896 ஒலிம்பிக்ஸில் அமெரிக்கா 11 தங்கம், 7 வெள்ளி, 2 வெண்கலம் என 20 பதக்கங்களை வென்றிருந்தது. ஆனால், கிரீஸ் 10 தங்கம், 17 வெள்ளி, 19 வெண்கலம் என மொத்தம் 46 பதக்கங்களை வென்றிருந்தது.

சிறுவன் டிமிட்ரியாஸ்

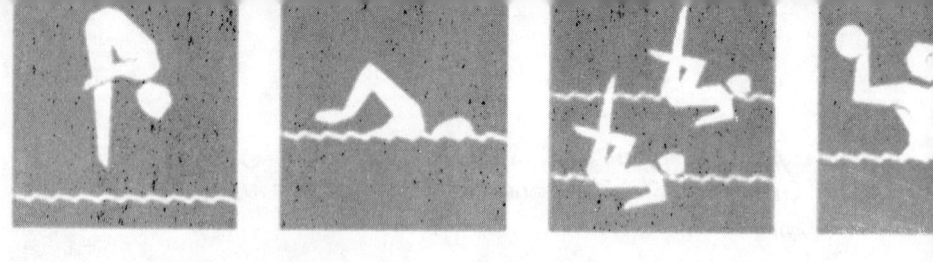

6

ஒலிம்பிக்ஸில் கிரிக்கெட்

அன்று அந்த ரயிலை ஜேம்ஸ் கானொலி தவற விட்டிருந்தால் அவருக்காகக் காத்திருந்த ஒலிம்பிக்ஸ் வெற்றிகளைத் தவறவிட்டிருப்பார். ஒலிம்பிக்ஸ் வரலாற்றில் அவரது பெயர் இடம் பெறாமலேயே போயிருக்கும். நவீன ஒலிம்பிக்ஸின் முதல் சாம்பியன் என்ற சிறப்பையும் அவர் இழந்திருப்பார். ஆனால், இவை அத்தனையும் எளிதில் நடந்து விடவில்லை.

ஜேம்ஸின் பெற்றோர் அயர்லாந்திலிருந்து பிழைப்புத் தேடி அமெரிக்காவுக்குக் குடிபெயர்ந்த வர்கள். ஜேம்ஸின் உடன்பிறந்தோர் மட்டும் 11 பேர். பாஸ்டன் நகர பார்க்குகளிலும் மைதானங் களிலுமே ஜேம்ஸின் பால்யம் கழிந்தது. ஓடு, குதி, தாவு, விளையாடு. இப்படி எந்நேரமும் மைதானத்தில் கிடந்த ஜேம்ஸுக்கு தடகளப் போட்டிகள் மீது இயல்பாகவே ஈர்ப்பு உண்டானது. ஆரம்பப் பள்ளிப் படிப்பை முடித்த ஜேம்ஸ், விளையாட்டு ஆர்வத்தால் உயர்பள்ளிப் படிப்பை வீட்டிலிருந்தபடியே தொடர்ந்தார். உள்ளூர்க்

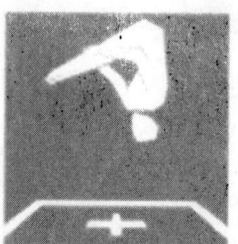

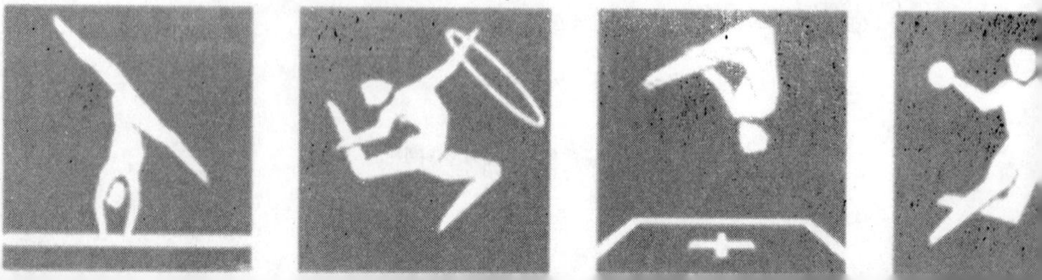

கால்பந்து அணியில் விளையாடினார். சைக்கிளிங் அணி ஒன்றின் கேப்டனாக இருந்தார். 'என் கடன் எப்போதும் ஏதாவது விளையாடிக் கொண்டே இருப்பதே' என்று வாழ்க்கை நகர்ந்தது.

ஜேம்ஸ் கானொலி

அப்போதுதான் 1896 ஏதென்ஸ் ஒலிம்பிக்ஸ் பற்றி அறிந்தார் ஜேம்ஸ். அச்சமயத்தில் அவர் ஹார்வர்ட் பல்கலைக்கழகத்தில் பயின்று கொண்டிருந்தார். எப்படியாவது ஏதென்ஸ் சென்று தடகளப் போட்டிகளில் கலந்துகொள்ள வேண்டுமென முடிவு செய்த ஜேம்ஸ், பல்கலைக்கழகத்தின் விளையாட்டுத் துறையில் விடுமுறை கேட்டு விண்ணப்பம் செய்தார். அதன் சேர்மன் விண்ணப்பத்தை நிராகரித்தார். மீண்டும் கெஞ்சிக் கூத்தாடி முயற்சி செய்தார். நிர்தாட்சண்யமாக அனுமதி மறுக்கப்பட்டது.

ஜேம்ஸ், விரக்தியில் விட்டத்தைப் பார்த்து வருத்தப்படவில்லை. சட்டென தீர்க்கமான முடிவெடுத்தார். 'எப்ப வேணும்னாலும் படிச்சுக்கலாம். ஆனா, ஒலிம்பிக்ஸ் வாய்ப்பு கிடைக்குமா? பை பை ஹார்வர்ட்!' என்று பெட்டி கட்டினார்.

ஏதென்ஸுக்கு செல்ல ஸ்பான்ஸர் எல்லாம் கிடைக்கவில்லை. சொந்தச் செலவுதான். பார்பரோஸா என்ற ஜெர்மன் சரக்குக் கப்பலில் இடம் கிடைத்தது. அதில்தான் ஒலிம்பிக்ஸில் கலந்து கொள்ளவிருந்த பிற அமெரிக்க வீரர்களும் பயணம் செய்தனர். சில நாள்கள் அசௌகரியப் பயணத்துக்குப் பிறகு இத்தாலியின் நேப்பிள்ஸ் நகரை அடைந்தனர். அங்கே ஜேம்ஸை வரவேற்க இன்னல் இன்முகத்துடன் காத்திருந்தது. ஜேம்ஸின் உடைமைகள் திருட்டுப் போயின.

பறிபோனதில் அவர் ஏதென்ஸுக்குச் செல்ல வேண்டிய ரயில் டிக்கெட்டும் அடக்கம். தடுமாறிய ஜேம்ஸ் போலீஸில் புகார் கொடுத்தார். ஒருவழியாக திருடனைப் பிடித்து உடைமைகளை

மீட்டார்கள். போலீஸுக்கு நன்றி சொல்லிவிட்டு ஜேம்ஸ் கிளம்ப நினைக்கையில், 'இருப்பா, திருடனை முழுசா விசாரிச்சு முடிக்கிற வரை நீ இருக்கணும்' என்று அவரை உட்கார வைத்து விட்டார்கள். ரயிலுக்கு நேரமாகிவிட்டது என்ற எச்சரிக்கை ஒலி உள்ளுக்குள் அலறியது. போலீஸும் விடுவதாக இல்லை. என் ஒலிம்பிக்ஸ் கனவு? என்ன ஆனாலும் பரவாயில்லை. ரயிலைப் பிடித்தே தீரவேண்டும் என்று போலீஸிடமிருந்து தப்பி ஓட ஆரம்பித்தார் ஜேம்ஸ். அதுவரை அவர் வாழ்வில் ஓடாத வேகம். தட்டுத்தடுமாறி ரயில் நிலையத்துக்கு வழிகேட்டு பிளாட் பாரத்துக்கு வந்து சேர்ந்தபோது, ரயில் நகர ஆரம்பித்திருந்தது.

மறுநாள் ஒலிம்பிக்ஸ் ஆரம்பம். இதைத் தவறவிட்டால் பேரிழப் பாகிவிடும். அதுவரையிலான தன் பயிற்சியை, அனுபவத்தை எல்லாம் ஒன்றுதிரட்டி அந்த பிளாட்பாரத்தில் வெறிகொண்டு ஓடினார். ரயிலின் கடைசிப் பெட்டியை நோக்கித் தாவினார். பெட்டியிலிருந்த சில நல்லவர்கள் அவருக்குக் கைகொடுத்துத் தூக்கி, உள்ளே இழுத்துப் போட்டனர். அவர்களுக்கு மூச்சு வாங்க நன்றி சொன்னார்.

1896 ஏதென்ஸ் ஒலிம்பிக்ஸின் முதல் விளையாட்டுப் போட்டி டிரிபிள்ஜம்ப். ஜேம்ஸுக்கானது. அவருக்கு முன் களத்தில் இறங்கி யவர்கள், இரண்டு முறை தத்தித் தாண்டி பின் அகலமாகத் தாவிக் குதித்தார்கள். ஜேம்ஸ், சிறுவயதிலிருந்தே அப்படி குதித்துப் பழகியிருக்கவில்லை. முதலில் தத்திதாவி, பின் ஒருமுறை அகல மாகக் கால் வைத்து, பின் அகலமாகத் தாவிப் பழகியிருந்தார்.

ஒலிம்பிக்ஸில் கிரிக்கெட் போட்டி

அதற்காக யோசிக்கவில்லை. தயங்கவில்லை. பயிற்சி எடுக்கவும் நேரமில்லை. மற்றவர்கள் போலவே இருமுறை தத்தித்தாவி, பின் அகலமாகத் தாவிக் குதித்தார். 13.71 மீ. ஆம், ஜேம்ஸுக்குத்தான் முதலிடம். நவீன ஒலிம்பிக்ஸின் முதல் சாம்பியன் என்ற சிறப்பும் அவர் மீது தாவி ஏறிக் கொண்டது.

> ஆட்டம் முடிய ஐந்து நிமிடம் இருக்கும்போது பிரான்ஸின் பத்தாவது விக்கெட்டும் சாய்ந்தது. இரண்டு இன்னிங்ஸிலும் பிரான்ஸில் தலா ஐந்து பேர் டக்-அவுட் ஆகியிருந்தனர்.

தவிர, உயரம் தாண்டுதலில் இரண்டாம் இடம், நீளம் தாண்டுதலில் மூன்றாம் இடம் என்று மேலும் சாதித்தார். அதே நம்பிக்கையுடன் 1900 பாரிஸ் ஒலிம்பிக் போட்டிகளுக்கும் சென்றார் ஜேம்ஸ். இந்தமுறை டிரிபிள் ஜம்ப் கால்கொடுக்கவில்லை. அவருக்கு இரண்டாமிடமே கிடைத்தது. 1904 அமெரிக்க ஒலிம்பிக்ஸிலும் ஜேம்ஸ் கலந்துகொண்டார். இந்தமுறை வீரராக அல்ல. பத்திரிகையாளராக.

ஜேம்ஸ், மீண்டும் ஹார்வர்டுக்குப் படிப்பதற்காகத் திரும்பிச் செல்லவே இல்லை.

ஏதென்ஸ் ஒலிம்பிக்ஸிலேயே பாய்மரப் படகு போட்டி நடத்த அமைப்பாளர்கள் திட்டமிட்டார்கள். ஆனால், அந்தப் போட்டியில் கலந்துகொள்ள யாரும் ஆர்வம் காட்டவில்லை. ஆகவே, போட்டி நீக்கப்பட்டது. 1900 பாரிஸ் ஒலிம்பிக்ஸிலும் பாய்மரப் படகு போட்டியைச் சேர்த்தார்கள். நல்லவேளையாக பலரும் கலந்து கொண்டார்கள். அதில் ஸ்விட்சர்லாந்தைச் சேர்ந்த லெரினா என்ற படகு முதலாவதாக வந்தது. படகை ஓட்டிய குழுவில் ஆண்களுடன் ஹெலன் டி போர்டெல்ஸ் என்ற ஒரு பெண்ணும் இடம்பெற்றிருந்தார். அதில் வென்றதன் மூலம் ஒலிம்பிக்ஸில் சாம்பியன் ஆன முதல் பெண் என்ற சிறப்பைப் பெற்றார் ஹெலன்.

பாய்மரப்படகுப் போட்டி போலவே ஏதென்ஸில் திட்டமிடப் பட்டு, பாரிஸில் அரங்கேறிய இன்னொரு விளையாட்டு

கிரிக்கெட். ஏதென்ஸ் ஒலிம்பிக்ஸில் கிரிக்கெட் விளையாட இங்கிலாந்தைத் தவிர வேறெந்த நாடும் ஆர்வம் காட்டவில்லை. போட்டிக்கு ஆள் இல்லாததால் இங்கிலாந்து அண்ணாச்சி வெற்றி பெற்றார் என்று அறிவிக்க இயலாதே. ஆகவே போட்டி விலக்கப்பட்டது.

பாரிஸிலும் கிரிக்கெட் போட்டியை அறிவித்தபோது, இங்கிலாந் துடன் போட்டியை நடத்திய பிரான்ஸூம் கௌரவத்துக்காகக் கலந்து கொண்டது. முதலில் ஆர்வக்கோளாறாக பெயர் கொடுத்த பெல்ஜியம், நெதர்லாந்து நாடுகள், பின்னே பின்வாங்கின. சரி, நடத்தித் தொலைப்போம் என்று இரண்டு நாள் கிரிக்கெட் போட்டி ஒன்றை ஆரம்பித்தார்கள்.

ஆகஸ்ட் 19, 1900. டேவோன் அன்ட் சோமர்செட் வாண்டரெர்ஸ் என்ற பிரிட்டன் கிளப் அணியும், பிரெஞ்ச் அத்லெடிக் கிளப் யூனியன் அணியும் மோதின. (அதில் பிரான்ஸ் அணியில் இடம் பெற்றிருந்த பலர், இங்கிலாந்திலிருந்து அங்கே குடிபெயர்ந் தவர்கள் என்பது குறிப்பிடத்தக்கது.) முதல் இன்னிங்ஸில் பேட் பிடித்த பிரிட்டன், 117 ரன்கள் எடுத்தது. அதெல்லாம் சுலபமா எடுத்துடலாம் என்று அலட்சியமாகக் களமிறங்கிய பிரான்ஸ் அணி, 78 ரன்களில் சுருண்டது. இரண்டாவது நாளில் இரண்டா வது இன்னிங்ஸில் பிரிட்டன் அணி, 5 விக்கெட் இழப்புக்கு 145 ரன்கள் எடுத்து நம்பிக்கையுடன் டிக்ளேர் செய்தது. 185 ரன்கள் டார்கெட். வெற்றியே லட்சியம், டிரா நிச்சயம் என்று நெஞ்சு நிமிர்த்தி களமிறங்கிய பிரான்ஸ் அணியின் விக்கெட்டுகளை எதிரணியினர் வீறுகொண்டு வீழ்த்த ஆரம்பித்தனர்.

இன்னும் கொஞ்ச நேரம் தாக்குப் பிடித்தால் ஆட்ட நேரம் முடிந்துவிடும். டிரா செய்துவிடலாம் என்று பிரான்ஸின் பேராசையில் மண். ஆட்டம் முடிய ஐந்து நிமிடம் இருக்கும் போது பிரான்ஸின் பத்தாவது விக்கெட்டும் சாய்ந்தது. இரண்டு இன்னிங்ஸிலும் பிரான்ஸில் தலா ஐந்து பேர் டக்-அவுட் ஆகி யிருந்தனர். இரண்டாவது இன்னிங்ஸில் ஒருவர்கூட இரண்டு இலக்க ரன்னைத் தொடவில்லை என்ற சாதனையும் முக்கிய மானது.

இருந்தாலும் பிரான்ஸ் அணியினரது சந்தோஷத்துக்குக் குறை வில்லை. தோற்றாலும் வெண்கலக் கிண்ணமோ, கேடயமோ ஏதாவது நிச்சயம் கிடைக்கும். வரலாற்றிலும் இடம் உண்டு என்ற நினைப்பே அவர்களுக்குப் போதுமானதாக இருந்தது.

இப்படியாக ஒலிம்பிக்ஸின் முதல் கிரிக்கெட் போட்டி அசுவாரசியமாக நடந்து முடிந்தது. அதற்கடுத்த ஒலிம்பிக் போட்டிகளில் கிரிக்கெட்டைச் சேர்க்க ஆதரவு கிடைக்கவில்லை. ஆகவே, இந்த இங்கிலாந்து - பிரான்ஸ் ஆட்டம், ஒலிம்பிக்ஸ் வரலாற்றின் ஒரே கிரிக்கெட் போட்டியும்கூட.

1900 பாரிஸ் ஒலிம்பிக்ஸ் - வெளிச்சத் துளிகள்

- 1900ல் பாரிஸில் உலக வர்த்தக மற்றும் தொழில் கண்காட்சி மிகப்பெரிய அளவில் நடத்தப்பட்டது. அதன் ஒரு பகுதியாகத் தான் ஒலிம்பிக் போட்டிகளும் நடத்தப்பட்டன. ஆக, ஒலிம்பிக் போட்டிகளுக்கு பெரிய முக்கியத்துவம் அளிக்கப்படவில்லை. ஆரம்ப விழா, முடிவு விழாகூட நடத்தப்படவில்லை.

- 1900, மே 14 தொடங்கி அக்டோபர் 28 வரை ஒலிம்பிக் போட்டிகள் பிய்த்துப் பிய்த்து நடத்தப்பட்டன. அதிக காலம் நடத்தப்பட ஒலிம்பிக்ஸில் இந்த பாரிஸ் ஒலிம்பிக்ஸும் ஒன்று. 1896 ஏதென்ஸ் ஒலிம்பிக், குறுகிய காலம், அதாவது 10 நாள்கள் (ஏப்ரல் 6-15) மட்டுமே நடத்தப்பட்டது.

- பாரிஸ் ஒலிம்பிக்ஸில் 22 பெண்கள் கலந்து கொண்டனர். அதில் இங்கிலாந்தின் டென்னிஸ் வீராங்கனை சார்லோட் குறிப்பிடத்தக்கவர். தனிநபர் பிரிவில் முதலிடம், கலப்பு இரட்டையர் பிரிவில் முதலிடம் வென்ற சார்லோட், ஐந்து விம்பிள்டன் பட்டங்களையும் வென்றவர்.

டென்னிஸ் வீராங்கனை சார்லோட்

- பாரிஸ் ஒலிம்பிக்ஸில்தான் இந்தியாவுக்கு முதல் பதக்கம் கிடைத்தது. ஆனால், இந்தியருக்கு அல்ல. இந்தியாவில் பிறந்த ஆங்கிலேயரான நார்மன் பிரிட்சார்ட், 200 மீ ஓட்டம், 200 மீ தடை ஓட்டம் இரண்டிலும் இரண்டாவதாக வந்தார்.

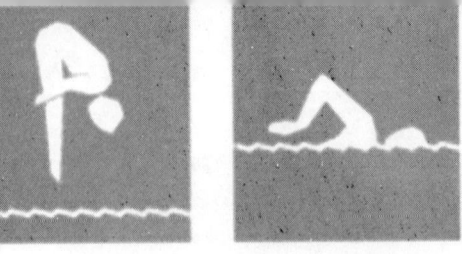

7

அமெரிக்கா Vs அமெரிக்கா

அமெரிக்கா முதன் முறையாக ஒலிம்பிக்ஸை 1904 ஆண்டில் நடத்தியது. அமெரிக்கர்களுக்காக மட்டுமே இந்த ஒலிம்பிக் போட்டி நடத்தப்பட்டது என்றும் சொல்லப்படுவதுண்டு. காரணம் பதக்கப் பட்டியல் அப்படி. (இந்த ஒலிம்பிக்ஸில்தான் தங்கப் பதக்கம் அறிமுகப்படுத்தப்பட்டது.) அமெரிக்கா, 78 தங்கம் - 82 வெள்ளி - 79 வெண்கலம் என மொத்தம் 239 பதக்கங்களுடன் முதலிடத்தை ஆக்கிரமித்தது. இரண்டாவது இடத்தில் ஒடுங்கிக் கிடந்த ஜெர்மனிக்கு, 4 தங்கம் - 4 வெள்ளி - 5 வெண்கலம் என 13 பதக்கங்கள் மட்டுமே மிஞ்சிக் கிடந்தது. கலந்து கொண்ட மீதி 10 நாடுகளின் நிலைமை குறித்து சொல்லத் தேவையே இல்லை.

அந்த ஒலிம்பிக்ஸ் அமெரிக்கர்களுக்காக அமெரிக்கா நடத்திய ஒலிம்பிக்ஸாக மாறிப்போக சில முக்கிய காரணங்களும் இருந்தன. அப்போது ரஷ்ய சாம்ராஜ்ஜியமும், ஜப்பான் பேரரசும் போரில் ஈடுபட்டிருந்தன. மஞ்சூரியாவையும் கொரியாவையும் கைப்பற்றும் நோக்கத்துடன்

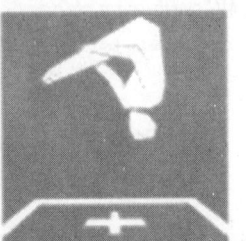

ரஷ்யா களமிறங்க, ஜப்பான் மார்தட்டி எதிர்த்து நின்றது. 1904 பிப்ரவரியில் போர் ஆரம்பமானது. இந்த அசாதாரணமான சூழலில் பல ஐரோப்பிய நாடுகள், 'அனபிள் டு அட்டென்ட் ஒலிம்பிக்...' என கமிட்டிக்கு லீவ் லெட்டர் அனுப்பி வைத்தன. தவிர, அன்றைய சூழலில் அமெரிக்கக் கண்டத்துக்குப் பயணம் செய்வதும் பல நாட்டு வீரர்களுக்கு இயலாத ஒன்றாகத்தான் இருந்தது. ஆகவே வெறும் 12 நாடுகளைச் சேர்ந்தவர்கள் மட்டுமே ஒலிம்பிக்ஸில் கலந்து கொண்டனர்.

உலக வர்த்தகக் கண்காட்சி - செயின்ட் லூயிஸ்

இந்த 1904 ஒலிம்பிக்ஸை நடத்த முதலில் சிகாகோ நகரம்தான் தேர்ந்தெடுக்கப்பட்டிருந்தது. அதேசமயத்தில் மிஸௌரியின் செயின்ட் லூயிஸ் நகரத்தில் உலக வர்த்தகக் கண்காட்சி நடைபெறவிருந்தது. கண்காட்சியின் ஒரு பகுதியாக ஒலிம்பிக்ஸை இங்குதான் நடத்தவேண்டும். சிகாகோவில் நடத்தினால் பதிலுக்கு நாங்களும் ஒரு சர்வதேச விளையாட்டுப் போட்டியை நடத்துவோம் என்று கண்காட்சி நடத்திய அண்ணாச்சிகள் மிரட்டினார்கள். ஆகவே, 'எங்க வேணா

கயிறு இழுக்கும் போட்டி

பெண்களுக்கான வில்வித்தைப் போட்டி

நடத்திக்கோங்க. ஒலிம்பிக்ஸ் நடந்தா போதும்' என்று ஒலிம்பிக் கமிட்டி வழிவிட்டது. 1904, ஜூலை 1ல் ஒலிம்பிக்ஸ் தொடக்க விழா என்ற ஒன்று நடந்தது. அதன் நிறைவு விழா 146 நாள்கள் கழித்து நவம்பர் 23 அன்று ஒருவழியாக நடந்து முடிந்தது.

இந்த இழுவை ஒலிம்பிக்ஸில் கயிறு இழுக்கும் போட்டியும் நடந்தது. பங்குபெற்ற அணிகள் மொத்தம் ஆறு. கிரீஸ், தென் ஆப்பிரிக்கா, அமெரிக்கா. மீதி மூன்று அணிகள்? அமெரிக்காவிலேயே நான்கு அணிகள் (மில்வாக்கி கிளப், நியு யார்க் கிளப், செயின்ட் லூயிஸ் 1 மற்றும் 2) கயிறு இழுத்தன. முதல் சுற்றே காலிறுதிதான். அமெரிக்க அணிகள் கிரீஸ், தென் ஆப்பிரிக்க அணிகளை அலேக்காக இழுத்துப் போட்டு வீட்டுக்கு அனுப்பின. முதல் அரையிறுதியில் அமெரிக்காவும் அமெரிக்காவும் மோதின. இரண்டாவது அரையிறுதியில் அமெரிக்காவும் அமெரிக்காவும் மோதின. அவ்விரண்டில் ஜெயித்த அமெரிக்காவும் அமெரிக்காவும் இறுதிப்போட்டியில் மோதி, அதில் ஓர் அமெரிக்க அணி (மில்வாக்கி கிளப்) வென்றது. தங்கம், வெள்ளி, வெண்கலம் எல்லாம் அமெரிக்காவுக்கே.

கயிறு இழுக்கும் போட்டியிலாவது பெயருக்கு இரண்டு வெளிநாட்டு அணிகள் வந்து போயின. ஆனால் வில்வித்தைப் போட்டியில் அமெரிக்க வீரர்கள் மட்டுமே (23 ஆண்கள்,

6 பெண்கள்) பங்கு பெற்றனர். இந்த ஒலிம்பிக்ஸில்தான் பெண்களுக்கான வில்வித்தைப் போட்டிகள் அறிமுகமாயின. ஆறு பிரிவுகளில் நடந்த போட்டிகளில் 17 பதக்கங்களை அமெரிக்கா தனக்கே தனக்கென வைத்துக் கொண்டது.

செயின்ட் லூயிஸ் ஒலிம்பிக்ஸில்தான் குத்துச்சண்டை போட்டி அறிமுகப்படுத்தப்பட்டது. அமெரிக்கர்கள் தங்கள் முகத்தில் தாங்களே மாறி மாறி குத்துகளை விட்டுக்கொண்டனர். ஆம், ஏழு எடைப்பிரிவுகளில் நடந்த குத்துச்சண்டைப் போட்டிகளில் அமெரிக்க வீரர்கள் மட்டுமே கலந்து கொண்டனர். கரோல் பர்டான் என்ற உள்ளூர்ப் பிரபல குத்துச்சண்டை வீரர் களமிறங்கினார். முதல் சுற்றுப் போட்டியில் வெற்றியும் பெற்றார். கரோல் நிச்சயம் பதக்கம் வெல்வார் என்று பேச்சு எழுந்தபோது, சிலர் கரோலின் முகத்தை உற்றுக் கவனித்தனர். ‘இவனைப் பார்த்தா கரோல் மாதிரி தெரியலயே’ என்று சந்தேகம் எழுந்தது. ஆளைப் பிடித்து அமுக்கி விசாரித்ததில், ‘நான் கரோல் இல்லீங்க. என் பேரு ஜேம்ஸ் பொலிஞ்சர். கரோல் பேர்ல கலந்துக்கிட்டா ஜட்ஜ் எல்லாம் என்னை ஜெயிக்க வைச்சிருவாங்கன்னு இப்படி பண்ணினேன்’ என்று ஒப்புக் கொண்டார் அந்த பிரகஸ்பதி. அவரைத் தகுதி நீக்கம் செய்து ‘ஓடிப்போயிரு’ என்று விரட்டிவிட்டனர்.

அன்றைக்கு ஒருவழியாக கிறிஸ்டியன் பிரதர்ஸ் காலேஜ் அணியினர் கோல் போஸ்டைக் கண்டுபிடித்து இரண்டு கோல்களை அடித்தனர். வெள்ளி கிடைத்தது.

செயின்ட் லூயிஸ் ஒலிம்பிக்ஸில் பெண்கள் குத்துச்சண்டை ரிங்கில் முதன் முறையாக இறங்கினர். ஆனால், அவை காட்சிப் போட்டிகளாக மட்டுமே நடத்தப்பட்டன. பதக்கங்கள் வழங்கப்படவில்லை. அதற்குப்பின் ஒலிம்பிக்ஸில் பெண்கள் குத்துச்சண்டை சேர்க்கப்படவே இல்லை. 108 வருடங்கள் கழித்து 2012 லண்டன் ஒலிம்பிக்ஸில்தான் பெண்கள் குத்துச்சண்டை அரங்கேறியது. அதில் ஃப்ளைவெயிட் பிரிவில் இந்தியாவின் மேரி கோம் வெண்கலம் வென்றார் என்பது இங்கே தகவலுக்காக.

ஜார்ஜ் எய்செர்

1904 ஒலிம்பிக்ஸ் ஆண்கள் கால்பந்து போட்டியில் மூன்று அணிகள் பங்கேற்றன. கனடா அணி ஒன்று. கிறிஸ்டியன் பிரதர்ஸ் காலேஜ், செயின்ட் ரோஸ் பாரிஸ் என இரண்டு அமெரிக்க அணிகள். நவம்பர் 16, 17 அன்று நடந்த போட்டிகளில் கனடா அணி, இரண்டு அமெரிக்க அணிகளையும் வென்று தங்கத்தை வசப்படுத்தியது.

சரி, யாருக்கு வெள்ளி, வெண்கலம் என்று தீர்மானிப்பதற்காக நவம்பர் 20 அன்று இரண்டு அமெரிக்க அணிகளையும் மோதவிட்டார்கள். ஆட்ட நேர முடிவில் இரண்டு அணிகளும் 0. அப்போது ஃப்ரீ கிக், கூடுதல் நேரம் போன்றவை எல்லாம் கிடையாது. ஆகவே மறுநாளும் போட்டி நடத்தினர். அன்றும் 0-0. வெறுத்துப் போன போட்டி அமைப்பாளர்கள் நவம்பர் 23ல் மீண்டும் அதே அணிகளை மோத விட்டனர். அன்றைக்கு ஒருவழியாக கிறிஸ்டியன் பிரதர்ஸ் காலேஜ் அணியினர் கோல் போஸ்டைக் கண்டுபிடித்து இரண்டு கோல்களை அடித்தனர். வெள்ளி கிடைத்தது. எந்தப் போட்டியிலும் ஒரு கோல்கூட போடாத செயின்ட் ரோஸ் பாரிஸ் அணியினர், பெருமையுடன் வெண்கலப் பதக்கம் மார்பில் தவழ வீறுகொண்டு வீடு திரும்பினர். இந்த கால்பந்து மேட்சோடு செயின்ட் லூயிஸ் இழுவை ஒலிம்பிக்ஸ் முடிவுக்கு வந்தது.

1904 ஒலிம்பிக்ஸ் என்றால் இவரைப் பற்றி பேசியே தீர வேண்டும். ஜார்ஜ் எய்செர். 1870ல் ஜெர்மனியில் பிறந்தவர். பின் அவரது குடும்பம் அமெரிக்காவுக்குக் குடிபெயர்ந்தது. 1894ல் எய்செர் அமெரிக்கக் குடியுரிமை பெற்றார். செயின்ட் லூயிஸில் ஒரு தொழிற்சாலையில் கணக்கு எழுதும் வேலை பார்த்து வந்தார். அவருக்கு விளையாட்டுகளில், குறிப்பாக ஜிம்னாஸ்டிக்ஸில் சிறு வயது முதலே ஆர்வம் இருந்தது.

செயின்ட் லூயிஸில் ஒலிம்பிக்ஸ் நடக்கப் போகிறது என்று தெரிந்ததுமே பல்வேறுவிதமான விளையாட்டுப் போட்டிகளில்

செயின்ட் லூயிஸில் தடகளப் போட்டி ஒன்று

தனது பெயரைப் பதிவு செய்தார். உற்சாகமாகக் கலந்து கொண்டார்.

நீளம் தாண்டுதல், குண்டு எறிதல், சில ஜிம்னாஸ்டிக் பிரிவு விளையாட்டுகளில் தொடர் தோல்விகளே கிடைத்தன. எய்செர் தளர்ந்துவிடவில்லை. நம்பிக்கை குறையாமல் அடுத்தடுத்தப் போட்டிகளில் களம் இறங்கினார். அதன் பலனாக, ஒரே நாளில் ஆறு பதக்கங்களில் எய்செரின் கழுத்தில் விழுந்தன.

கயிறு ஏறும் போட்டி, உயரம் தாண்டும் போட்டி, குழுவாக விளையாடும் பார் விளையாட்டு என மூன்றில் தங்கம். Pommel Horse மற்றும் இன்னொரு பிரிவு ஜிம்னாஸ்டிக் என இரண்டு வெள்ளி. கிடைச்சட்டம் (Horizontal Bar) பிரிவு ஜிம்னாஸ்டிக்ஸில் வெண்கலப் பதக்கம். அசத்தலாக ஆறு பதக்கங்கள்.

சரி, திறமையுள்ள ஒருவர், அதுவும் அன்று அசமந்தமாக நடந்த ஒலிம்பிக் போட்டிகளில் அசத்தலாக ஆறு பதக்கம் வெல்வது என்பது ஆச்சரியமான விஷயம் இல்லைதான். கூடுதலாக ஒரே ஒரு விஷயத்தை மட்டும் தெரிந்துகொள்வோம். ஜார்ஜ் எய்செர் தனது சிறுவயதில் ரயில் விபத்து ஒன்றில் இடது காலைப் பறிகொடுத்திருந்தார். செயற்கைக் கட்டைக் காலைப் பொருத்திக் கொண்டுதான் ஒலிம்பிக்ஸில் அந்தக் கடினமான போட்டிகளில் கலந்துகொண்டார்.

8

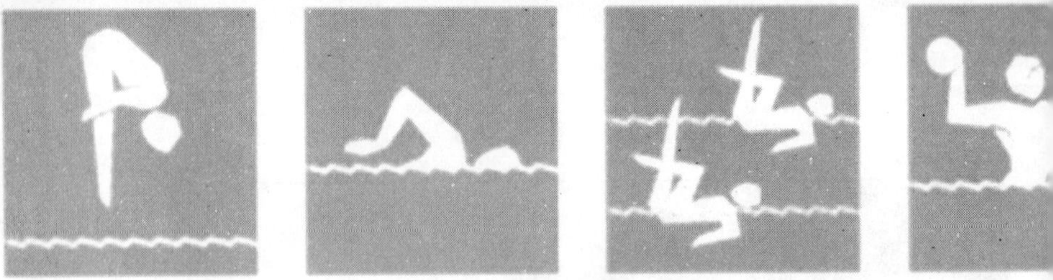

ஒரு தபால்காரரின் கதை

ஒலிம்பிக்ஸ் வரலாற்றிலேயே மிகக் கேவலமாக, மோசமாக, அவலமாக நடத்தப்பட்ட போட்டி என்றால் அது 1904 செயின்ட் லூயிஸில் நடந்த ஆண்களுக்கான மாரத்தானே. போட்டி அமைப்பாளர்கள் தங்கள் மூளையை எல்லாம் பேங்க் லாக்கரில் பத்திரமாக வைத்துவிட்டு வந்து நடத்திய போட்டி இது. ஆகஸ்ட் 30 அன்று போட்டி ஏற்பாடு செய்யப்பட்டிருந்தது. மொத்தம் ஓட வேண்டிய தொலைவு 24.85 மைல்கள். காலையிலேயே தொடங்கியிருந்தால் பரவாயில்லை. போட்டி அமைப்பாளர்கள் மதிய உணவை திருப்தியாக முடித்துவிட்டு வந்து, சாவகாசமாக மதியம் இரண்டரை மணிக்கு போட்டியை ஆரம்பித்தனர். அப்போது வெயில் கொளுத்திக் கொண்டிருந்தது.

போட்டியில் கலந்து கொண்டவர்கள் மொத்தம் 32 பேர். நான்கு நாடுகளைச் சேர்ந்தவர்கள். 19 பேர் அமெரிக்கர்கள். 9 பேர் கிரேக்கர்கள். 3 பேர் தென் ஆப்பிரிக்கர்கள். ஒரே ஒரு கியூபரும் உண்டு. அவரது பெயர் ஆண்ட்ரின் கார்வாஜல்.

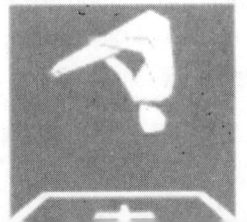

அந்த கியூபர், ஒலிம்பிக்ஸில் கலந்து கொண்டதே பெரிய கதைதான். 1875ல் பிறந்த கார்வாஜல், தன் சொந்த ஊரில் தபால்காரர் வேலை பார்த்துக் கொண்டிருந்தார். தினமும் பல மைல்கள் ஓடுவதும், நடப்பதுவும் அவர் பணி சார்ந்த ஒன்றாகப் பழகிப் போயிருந்தது. ஆகவே, 1904 செயின்ட் லூயிஸ் ஒலிம்பிக்ஸில் மாரத்தான் போட்டியில் கலந்து கொள்ள விரும்பினார். அந்த ஏழைத் தபால்காரருக்கு அரசின் உதவியெல்லாம் கிடைக்கவில்லை. கௌரவம் பார்த்தால் ஒலிம்பிக்ஸில் கலந்து கொள்ள முடியாது என்று தோன்றியது. கார்வாஜல், தெருவில் இறங்கிக் கையேந்தினார். மக்களிடம் தான் ஒலிம்பிக்ஸில் ஓடப்போவதாகச் சொல்லி யாசகம் கேட்டார். கொஞ்சம் பணம் சேர்ந்தது. அதைக் கொண்டு அமெரிக்காவின் நியு ஓர்லென்ஸுக்குச் செல்லும் கப்பலில் ஏறினார்.

கார்வாஜல்

அங்கே வந்திறங்கிய கார்வாஜல், தன் வசம் இருக்கும் சிறிய தொகையைப் பெருக்கும் யோசனையில் பகடை உருட்டினார். சூது கவ்வியது. பணம் பணால். தன்னைத் தானே நொந்து கொள்வதைத் தவிர வேறென்ன செய்ய இயலும்?

அடுத்த வேளை உணவுக்குக்கூட காசின்றி நின்ற கார்வாஜல், செயின்ட் லூயிஸ் நோக்கிக் கிளம்பினார். கிடைக்கின்ற வாகனங்களில் ஓசிக்கு ஏற்றிக் கொண்டால் கோடி கும்பிடு. அல்லது சரக்கு ரயில்களில் ரகசியப் பயணம். மற்ற நேரமெல் லாம் நட ராஜா நட! எப்போதாவது எங்கேயாவது உணவு கிடைத்தால் மகிழ்ச்சி. இப்படியாக செயின்ட் லூயிஸுக்கு வந்து சேர்ந்தார். சோர்வாக ஒலிம்பிக்ஸ் நடக்கும் பகுதியை அடைந்த கார்வாஜலை, பளு தூக்கும் அமெரிக்க வீரர் ஒருவர் கண்டார். சாப்பிட உணவு கொடுத்து, அன்று இரவு தன் அறையில் தங்க வைத்துக் கொண்டார்.

மறுநாள் மதியம் மாரத்தான் ஆரம்பமான சமயத்தில் அந்த கியூப வீரர் தொளதொள முழுநீள கால்சட்டையுடன் மைதானத்தில்

வந்து நின்றார். ஆம், அவரிடம் ஓட்டத்துக்கு வசதியான அரைக்கால் சட்டைகூட இல்லை. ஓர் அமெரிக்க வீரர் கையில் கத்திரிக்கோலுடன் கார்வாஜலை நெருங்கினார். முழு நீளக் கால்சட்டையை முட்டிவரை கத்தரித்துவிட்டார். ‘இப்போது ஓடுங்கள். வசதியாக இருக்கும்.’ கார்வாஜல் புன்னகையுடன் நன்றி சொன்னார்.

மாரத்தான் ஆரம்பமானது. முதலில் மைதானத்தை ஐந்து முறை வலம் வந்து பின் வெளியே பல மைல்கள் ஓடிவிட்டு மீண்டும் மைதானத்தையே வந்தடைய வேண்டும். முதல் ஐந்து சுற்று மைதானத்தை வலம் வருவதற்குள்ளாகவே ஓரிருவருக்கு நாக்கு தள்ளியது. அதை முடித்துவிட்டு வெளியில் ஓட ஆரம்பித்தார்கள். பெரும்பாலும் மண் சாலைகள். ஓடும் வீரர்களுடன் பயணம் செய்து வந்த குதிரைகளும், மோட்டார் கார்களும் புழுதியைக் கிளப்பின. அதுவே வீரர்களுக்குப் பெரும் தொந்தரவாகிப் போனது. அதில் இரண்டு மோட்டார் கார்கள் கட்டுப்பாடின்றி ஒரு பள்ளத்தில் சென்று விழுந்தன. கார்க்காரர்களுக்குப் பெருங்காயம்.

வெப்பம். வியர்வை. புழுதி. மூச்சுத் திணறல். வீரர்கள் தண்ணீர் தண்ணீர் என்று தவித்தபோது, ‘இன்னும் சில மைல்கள் தொலைவில் ஒரு கிணறு இருக்கிறது. அங்கே இறைத்துக் குடித்துக் கொள்ளுங்கள்’ என்றார்கள். ஓடிக் கொண்டிருந்த ஒரு வீரர் அரை மயக்கத்தில் சரிந்தார். இன்னொரு வீரர் வாந்தியுடன் விலகினார். இன்னொருவர் வயிற்று வலியில் சுருண்டு கிடந்தார்.

பிரெட்ரிக் லார்ஸ்

மைதானத்தில் ரசிகர்கள் ஆவலுடன் காத்திருந்தனர். 3 மணி நேரம் 13 நிமிடங்கள் கழித்து பிரெட்ரிக் லார்ஸ் என்ற அமெரிக்க வீரர் மைதானத்துக்குள் நுழைந்தார். ஆரவார வரவேற்பு. புன்னகையுடன் மைதானத்தை வலம் வந்த பிரெட்ரிக், எல்லைக் கோட்டைத் தொட்டார். போட்டி அமைப்பாளர்கள் அவரை உற்சாகமுடன் வாழ்த்தினர். பிரெட்ரிக் வெற்றி பெற்றதாக அறிவித்தனர்.

அலைஸ்

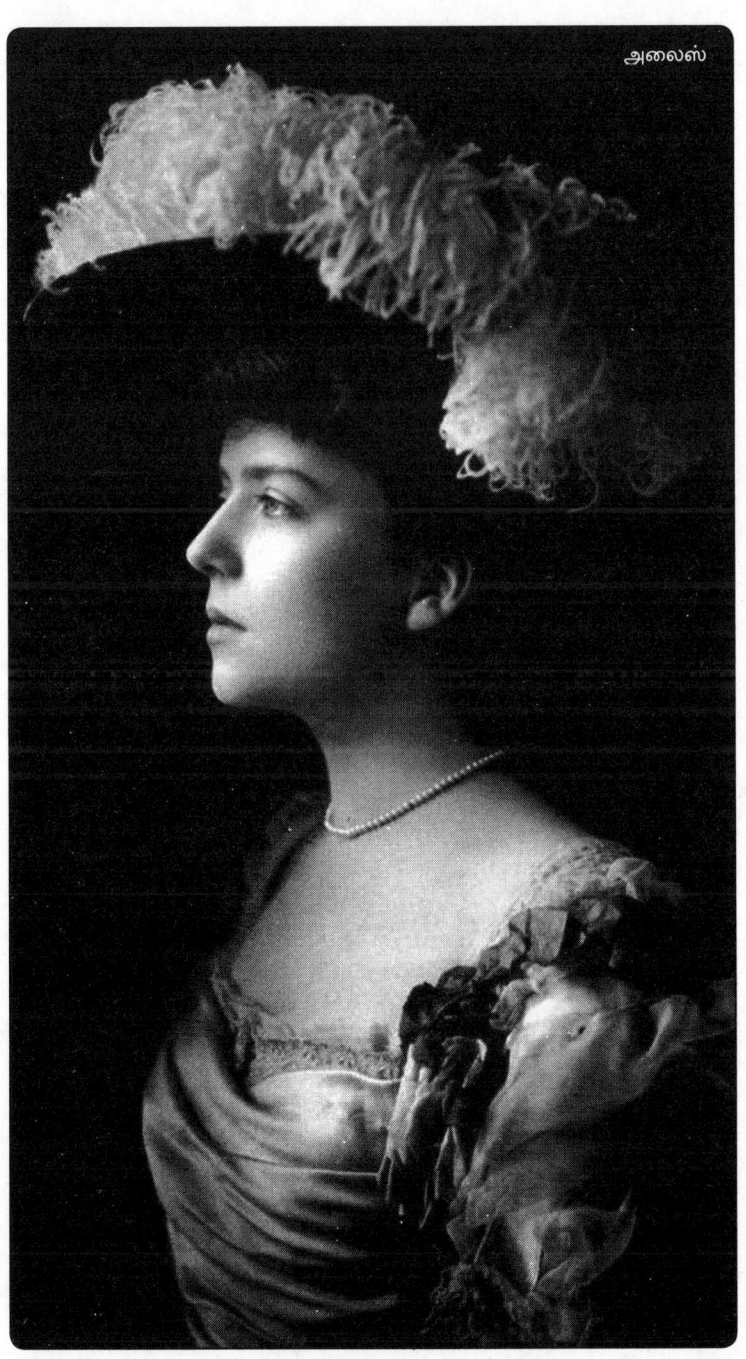

அவர் அமெரிக்க அதிபர் தியோடோர் ரூஸ்வெல்ட்டின் அழகு மகள் அலைஸூடன் நின்று புகைப்படமெல்லாம் எடுத்துக் கொண்டார்.

கொஞ்ச நேரம் கழித்து பிரெட்ரிக், சத்தம் போட்டு கேலியாகச் சிரிக்க ஆரம்பித்தார். ஏன்?

ஒன்பது மைல்கள் ஓடிக் கொண்டிருக்கும்போதே பாதையில் களைத்து உட்கார்ந்தார் பிரெட்ரிக். ஓடியது போதும் என்று உள்ளே அதிர்ந்தது இதயம். அங்கே வந்த தனது மேனேஜரின் காரில் ஏறிக் கொண்டார். அடுத்த பதினொரு மைல்கள் அதில் பயணம். கார் பழுதாகி நின்று போனது. கொஞ்சம் யோசித்த பிரெட்ரிக், இறங்கி நடக்க ஆரம்பித்தார். மைதானத்தை நெருங்கியதும் அவருக்குள் இருந்த கோமாளி விழித்துக் கொள்ள, ஓட ஆரம்பித்தார். எல்லைக் கோட்டைத் தொட்டார்.

'சும்மா ஜோக்! சீரியஸா எடுத்துக்காதீங்க!' என்று பிரெட்ரிக் சிரிக்க, அமைப்பாளர்கள் முகத்தில் கடும் கோபம். அந்த மாரத்தான் போட்டியிலிருந்து பிரெட்ரிக் தகுதி நீக்கம் செய்யப்பட்டார். பின்னர் அவருக்குப் பந்தயங்களில் கலந்து கொள்ள வாழ்நாள் தடை விதிக்கப்பட்டதும், மன்னிப்பு கேட்டு கெஞ்சியதும் தடை விலக்கப்பட்டதும் தனிக்கதை.

தாமஸ் ஹிக்ஸ் என்ற அமெரிக்க வீரர் மாரத்தான் பாதையில் தட்டுத் தடுமாறி ஓடிக் கொண்டிருந்தார். தாமஸின் மேனேஜர் அவருக்கு முட்டை வெள்ளைக் கருவையும், ஒருவித ஊக்க மருந்தையும் (Strychnine) வாயில் ஊற்றினார். அதனால் முக்கால்வாசி தூரத்தைக் கடந்த தாமஸ் மீண்டும் தள்ளாடி விழப் பார்த்தார். மேனேஜர் இன்னும் கொஞ்சம் மருந்தை வாயில் ஊற்றினார். அரை மயக்க நிலையில், இரண்டு உதவியாளர்கள்

> ஊக்க மருந்துத் தடைகள் எல்லாம் இல்லாத அந்தக் கால ஒலிம்பிக் மாரத்தானில் தாமஸே தங்க மகனாக அறிவிக்கப்பட்டார்.

கைத்தாங்கலாகப் பிடித்திருக்க, மைதானத்துக்குள் தள்ளாட்டத்துடன் வந்த தாமஸ், எல்லைக் கோட்டைத் தொட்டார் (3 மணி, 28 நிமிடம், 53 நொடி). அடுத்த நொடியே மயங்கி விழுந்தார்.

தென் ஆப்பிரிக்க வீரர்கள்

இன்னும் கொஞ்சம் மருந்தைக் கொடுத்திருந்தால் ஆள் காலியாகி இருப்பார் என்று தாமஸுக்குச் சிகிச்சை அளித்த மருத்துவர்கள் கடிந்து கொண்டார்கள். ஊக்க மருந்துத் தடைகள் எல்லாம் இல்லாத அந்தக் கால ஒலிம்பிக் மாரத்தானில் தாமஸே தங்க மகனாக அறிவிக்கப்பட்டார். அல்பர்ட் கோரே மற்றும் ஆர்தர் நியுட்டன் என்ற இரு அமெரிக்கர்கள் முறையே வெள்ளி, வெண்கலம் பெற்றனர்.

இந்த ஒலிம்பிக்ஸில்தான் கறுப்பின ஆப்பிரிக்கர்கள் முதன் முதலாகக் கலந்து கொண்டனர். அதில் லென் டாவ், ஜேன் மாசி அனி என்ற இரண்டு தென் ஆப்பிரிக்க வீரர்கள் இந்த மாரத்தானில் ஓடினர். லென் சுணக்கமின்றி சீரான வேகத்தில்தான் ஓடிக் கொண்டிருந்தார். ஆனால், எங்கிருந்தோ வந்த நாய் ஒன்று, அவரைத் துரத்த ஆரம்பித்தது. தப்பிப்பதற்காக வேறெங்கோ ஓடி ஒளிந்து மீண்டும் ஓட்டப்பாதைக்குத் திரும்பியதில் நேரம் வீணாகிப் போனது. லென் ஒன்பதாவது இடம் பிடித்தார். ஜேனுக்கு பன்னிரண்டாவது இடம். இந்த மாரத்தானில் ஓடிய 32 பேரில் 14 பேர் மட்டுமே முழுத் தொலைவையும் கடந்தனர்.

சரி, நமது கார்வாஜல் என்ன ஆனார்?

கியூபாவிலிருந்து தொடர் பயணம். பல நாள்கள் சரியாக சாப்பிடாததால் உடலில் சக்தியின்மை. பசி. இதையெல்லாம் மீறி உற்சாக வேகத்தில் தன் பயணப் பாதையில் ஒழுங்காக ஓடி வந்து கொண்டிருந்தார் கார்வாஜல். வழியில் ஆப்பிள் மரமொன்று தென்பட்டது. ஆப்பிள்களைப் பறித்து கடித்தார். அவை ஆதாம் காலத்து ஆப்பிள்கள்போல. அழுகிப் போயிருந்தன. பரவாயில்லை. பசிக்கிறதே.

கொஞ்ச நேரத்தில் வயிறு கடுமையாக வலிக்க ஆரம்பித்தது. கார்வாஜல் ஓர் ஓரத்தில் வயிற்றைப் பிடித்தபடி சுருண்டார். களைப்பு. உறக்கம் ஆட்கொண்டது. விழித்துப் பார்த்தபோது, மாரத்தானில் ஓடிக் கொண்டிருக்கும் நினைவு உலுக்கியது. ஏதோ ஒரு வேகத்தில் மீண்டும் எழுந்து ஓடினார். மைதானத்தை அடைந்தபோது அங்கே ஓடி முடித்த அமெரிக்க வீரர்கள் நின்று கொண்டிருந்தனர். அவர்களை ரசிகர்கள் சூழ்ந்து வாழ்த்திக் கொண்டிருந்தனர். 'உங்களுக்கு நான்காவது இடம்' என்று ஓர் அமைப்பாளர் வந்து சொன்னார். கார்வாஜலுக்குள் சோகம் பெருக்கெடுத்தது.

கியூபாவுக்குத் திரும்பிய கார்வாஜலுக்கு அங்கே நல்ல வரவேற்பும் மரியாதையும் கிடைத்தன. கியூப அரசு, கார்வாஜலுக்கு உதவி செய்ய முன்வந்தது. அதற்குப் பின் கார்வாஜல் சர்வதேச அளவில் சில குறிப்பிடத்தகுந்த வெற்றிகளை கியூபாவுக்காகப் பெற்றுத் தந்தார். வருமானத்துக்காகத் தபால்காரராக அவரது ஓட்டமும் தொடர்ந்தது. ஆனாலும் கைக்கெட்டிய ஆப்பிளால் அன்று கிட்டாமல் போன அந்த ஒலிம்பிக் பதக்கம், மீண்டும் அவர் கையில் சேரவே இல்லை.

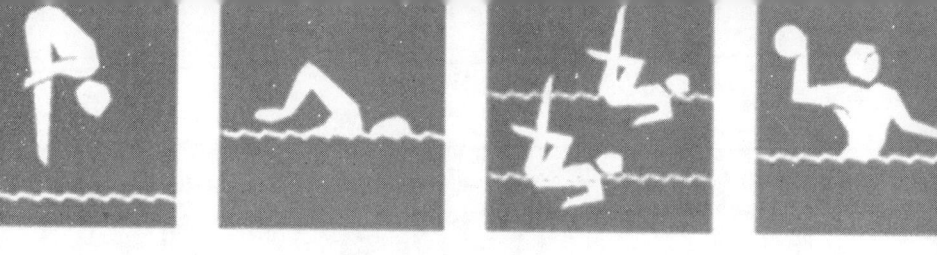

9

ஒருவர் ஓடிய ஓட்டப்பந்தயம்

ஏகப்பட்ட சர்ச்சைகள் நிரம்பிய ஒலிம்பிக்ஸ் எந்த ஆண்டு, எங்கே நடந்தது?

இந்த ஒரு மார்க் கேள்விக்கான பதில், 1908 - லண்டன்.

முதலில் 1908 ஒலிம்பிக்ஸை நடத்த ரோம் நகரமே தேர்வு செய்யப்பட்டிருந்தது. இத்தாலியும் அதற்கான ஏற்பாடுகளில் குஷியாக இறங்கியது. 1906ல் இத்தாலியின் வெசுவியஸ் எரிமலை பொங்கியதில் இத்தாலியின் நேபிள்ஸ் நகரம் நாசமானது. இதைத் தான் 1981ல் சொன்னார் வைரமுத்து. எரிமலை எப்படிப் பொறுக்கும்? பொங்கி வரும் எரிமலையை ஒலிம்பிக் போட்டிக்காகப் பொறுக்கச் சொல்ல முடியுமா? ஒலிம்பிக் செலவுகளுக்காக முடிந்து வைத்த கைக்காசை எல்லாம் நேபிள்ஸைச் சீரமைக்க எடுத்துக் கொண்டது இத்தாலி. ஆகவே வருத்தத்துடன் பின்வாங்கியது.

வாய்ப்பு லண்டனுக்குச் சென்றது. குறைவான கால அவகாசமே இருந்தாலும் நிறைவான ஏற்பாடுகளைச்

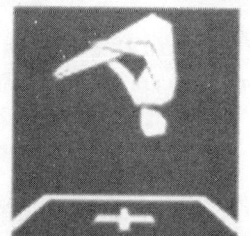

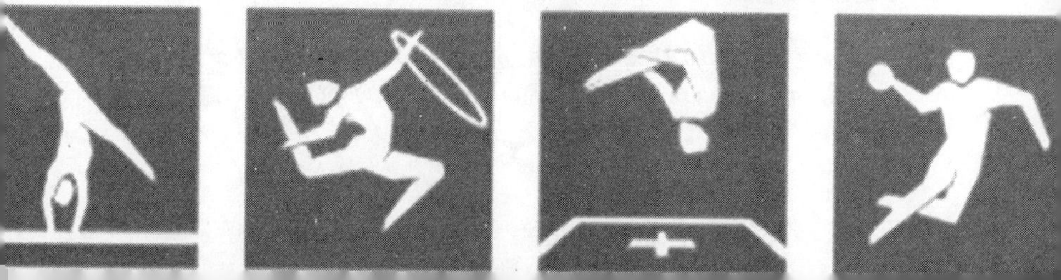

ஒயிட் சிட்டி ஸ்டேடியம்

செய்தது இங்கிலாந்து. ஒயிட் சிட்டி என்ற புதிய பிரமாண்ட ஸ்டேடியம் மளமளவெனக் கட்டப்பட்டது. இங்கிலாந்தும் பிரான்கோ-பிரிட்டிஷ் வர்த்தகப் பொருட்காட்சியின் ஒரு பகுதியாகவே ஒலிம்பிக்ஸை நடத்தியது. 22 நாடுகள், 2008 வீரர்கள் கலந்துகொண்ட உலகின் முதல் பெரிய ஒலிம்பிக்ஸ் இதுவே. கிங் ஏழாம் எட்வர்ட் ஒலிம்பிக் போட்டிகளை ஏப்ரல் 27 அன்று ஆரம்பித்து வைத்தார். அக்டோபர் 31 அன்றுதான் நிறைவு விழா நடந்தது. 187 நாள்கள். அதிக காலம் நடந்த சவ்வுமிட்டாய் ஒலிம்பிக்ஸூம் இதுவே.

ஆரம்ப விழா அணிவகுப்பிலேயே சர்ச்சைகளும் சலசலப்புகளும் அணிவகுத்தன. ஒவ்வொரு நாட்டின் வீரர்களும் உரிய கொடியுடன் அணிவகுத்து வந்து கிங்கைக் கடக்கும்போது சற்றே தம் தேசியக் கொடியை தாழ்த்தி மரியாதை செலுத்த வேண்டும் என்று பிரிட்டிஷார் சொல்லியிருந்தனர். ஸ்வீடன் வீரர்கள் வந்தார்கள். மைதானத்தில் பல தேசத்தின் கொடிகள் பட்டொளி வீசிப் பறந்தன. எட்டுத் திசையிலும் சுற்றிப் பார்த்தார்கள். ஸ்வீடனின் கொடி எங்கும் இல்லை. ‘கொடியே இல்ல. நாங்க எதுக்கு அணிவகுக்கணும்?’ என்று கோபித்துக் கொண்டு வெளியேறினார்கள்.

பின்லாந்து வீரர்களுக்கும் ஒரு பிரச்னை காத்திருந்தது. அப்போது ரஷ்யாவின் கட்டுப்பாட்டில் பின்லாந்து இருந்தது.

ரஷ்யக் கொடியை ஏந்தித்தான் பின்லாந்து வீரர்கள் வர வேண்டும் என்று சொல்லப்பட, அந்த வீரர்கள் கொடியேதுமின்றி அணி வகுத்து வந்தது பரபரப்பை உண்டாக்கியது.

அமெரிக்காவின் கொடியும் மைதானத்தில் பறக்கவிடப்பட வில்லை. அமெரிக்க அணி அணிவகுத்து வந்தது. தலைமை தாங்கி வந்த ரால்ப் ரோஸ் என்ற தடகள வீரர், தேசியக் கொடியை சாய்க்காமல் கிங்கைக் கடந்து சென்றார். மைதானமெங்கும் சலசலப்பு. அமெரிக்கர்கள் கிங்கை அவமதித்துவிட்டதாக ராஜ விசுவாசிகள் கொந்தளித்தார்கள். 'வேறெந்த தேச மன்னருக்கும் எங்கள் தேசியக் கொடி தலைவணங்காது' என்று பின்பு அமெரிக்கர்கள் விளக்கம் சொன்னதாகச் செய்திகள் வந்தன.

இந்த அமெரிக்க, இங்கிலாந்து மோதல் களத்திலும் எதிரொலித்தது. 400 மீ ஓட்டம் இறுதிப்போட்டி நடந்தது. அப்போது மைதானத்தை சுற்றி வரும் விதத்தில் ஓட்டப்பந்தயப் பாதை அமைக்கப்படவில்லை. நேராக ஓட வேண்டியதுதான். இங்கிலாந்து வீரர் வெய்ண்டம் ஹால்ஸ்வெலே ஓடிக் கொண்டிருக்கும்போது, அமெரிக்க வீரர் ஜான் கார்பெண்டர் அவரை முந்தவிடாமல் வலது முழங்கையால் தடுத்ததாக புகார் எழுந்தது. 'அமெரிக்கத் தடகள விதிகளின்படி அதெல்லாம் தவறே இல்லை' என்றார் கார்பெண்டர். 'போட்டி இங்கிலாந்தில் நடக்கிறது. எங்கள் விதிகளின்படி அது பெரிய தவறு' என்று பிரிட்டிஷார் மல்லுக்கட்டினர். அமெரிக்கர்கள் விடாமல் வாக்குவாதம் செய்தனர். போட்டி இரண்டு நாள்கள் கழித்து மீண்டும் நடத்தப்படும் என்று அறிவிக்கப்பட்டது.

ஹால்ஸ்வெலே

அந்த மறுபோட்டி நாளில் ஹால்ஸ் வெலே மட்டும் மைதானத்தில் வந்து ஓடுவதற்காகத் தயாராக நின்றார். கார்பெண்டரும் அவருடன் ஓட வேண்டிய மேலும் இரு அமெரிக்க வீரர்களும் போட்டியைப் புறக்கணிப்பதாக அறிவித்தனர்.

துப்பாக்கி வெடித்தது. ஹால்ஸ்வெலே ஓட ஆரம்பித்தார். தனி ஒருவனாக. 400 மீட்டரை 50.2 செகண்ட்களில் கடந்து மூச்சுவாங்க நின்றார்.

ஜான் டெய்லர் தன் அணியுடன்

தங்கப் பதக்கம் அவருக்கு. அந்தப் பிரிவில் வெள்ளியும் வெண்கலமும் யாருக்குமே வழங்கப் படவில்லை.

ஒலிம்பிக்ஸ் வரலாற்றிலேயே தனி ஒருவர் மட்டுமே பங்கு பெற்ற இறுதிப்போட்டி இது மட்டுமே. ஒவ்வொரு நாடுகளும் தனித்தனி விதிமுறைகளுடன் ஒலிம்பிக் போட்டி நடத்தினால் பஞ்சாயத்துகள் தீராது என்று உணர்ந்த ஒலிம்பிக் கமிட்டி, போட்டிகளுக்கான பொது விதிமுறைகளை இயற்றியது. International Amateur Athletic Federation பிறந்தது. ஒலிம்பிக்ஸில் தடகளத்துக்கான பொது விதிமுறைகள் 1912 ஸ்டாக்ஹோம் ஒலிம்பிக்ஸில் அமலுக்கு வந்தன.

அதீதக் களைப்புடன் அங்கே வந்து சேர்ந்த பியட்ரிக்கு, மைதானத்தில் எந்தப் பக்கம் ஓடிச் சென்று எல்லைக் கோட்டைத் தொடுவது என்று புரியவில்லை. குழப்பத்துடன் அங்குமிங்கும் ஓடினார்.

தடகளத்தில் அமெரிக்காவைச் சேர்ந்த ஜான் டெய்லர் என்பவரும் இடம் பெற்றிருந்தார். ஒலிம்பிக்ஸில் பங்கேற்ற முதல் ஆப்பிரிக்க - அமெரிக்கர் இவர்தான். 4 x 400 மீ தொடர் ஓட்டப்பந்தயத்தில் சக

அமெரிக்க வீரர்களுடன் இணைந்து ஓடிய ஜான் டெய்லர் குழுவுக்குத் தங்கம் கிடைத்தது. ஆக, தடகளத்தில் சாதித்த முதல் ஆப்பிரிக்க-அமெரிக்கர் ஜான் டெய்லரே. நாடு திரும்பிய ஜானுக்கு ஆரவார வரவேற்பு கிட்டியது. 'உலகின் தலைசிறந்த நீக்ரோ ஓட்டக்காரர்' என்று புகழ்ந்தது நியு யார்க் டைம்ஸ். உயிரோடு இருக்கும்போது அல்ல. சில வாரங் களிலேயே டைபாய்டு காய்ச்சலால் பாதிக்கப்பட்ட ஜான், இறந்து போனபோது.

1908 மாரத்தான் போட்டியிலும் சர்ச்சைக்கு இடம் உண்டு. முதலில் *25* மைல்களுக்கான பந்தயப் பாதைதான் அறிவிக்கப் பட்டது. பின்பு வேல்ஸ் இளவரசர் தன் குடும்பத்துடன் தனக்கு வசதியான ஓரிடத்தில் மாரத்தானைப் பார்வையிட

டொராண்டோ பியட்ரி

வேண்டும் என்பதற்காக பந்தயப் பாதை மாற்றப்பட்டு, *26* மைல்களாக நீட்டிக்கப்பட்டது. அதற்குப் பிறகும் பந்தயப் பாதையில் ராஜாங்க அனுமதி கிடைப்பதில் குழப்பங்கள். கட்டக் கடைசியாக *26.2* மைல்கள் *(42.195* கிமீ*)* தொலைவுக்கு ஒரு பந்தயப் பாதையை முடிவு செய்தார்கள். பந்தயம், மைதானத்தில் கிங் அமர்ந்திருக்கும் ராஜ மாடத்தில் முடிவதாக ஏற்பாடு. (இந்த லண்டன் போட்டியிலிருந்துதான் முழுநீள மாரத்தான் ஓட்டத்தின் தொலைவு *26.2* மைல்களாக உயர்ந்தது என்பது வரலாறு.)

அந்த மாரத்தானில் இத்தாலியைச் சேர்ந்த டொராண்டோ பியட்ரி என்பவர் முதல் ஆளாக மைதானத்துக்குள் நுழைந்தார்.

பரிசு வழங்கும் ராணி அலெக்ஸாண்ட்ரா

ரசிகர்கள் உற்சாகமாகக் கத்தினர். அதீதக் களைப்புடன் அங்கே வந்து சேர்ந்த பியட்ரிக்கு, மைதானத்தில் எந்தப் பக்கம் ஓடிச் சென்று எல்லைக் கோட்டைத் தொடுவது என்று புரியவில்லை. குழப்பத்துடன் அங்குமிங்கும் ஓடினார். தலை சுற்றியது. தடுமாறி விழுந்தார் பியட்ரி. இருவர் கைத்தாங்கலாகப் பிடித்தபடி எல்லைக் கோட்டை நோக்கி அவரை இழுத்து வந்தனர். பின்பு அவர் எல்லைக் கோட்டைக் கடந்து பொத்தென விழுந்தார். ஸ்டெரெச்சரில் அவரைத் தூக்கிக் கொண்டு சென்றார்கள்.

ஒரு நிமிட இடைவெளியில் ஜானி ஹேஸ் என்ற அமெரிக்க வீரர் மைதானத்துக்குள் வந்து எல்லையை அடைந்தார். அடுத்தடுத்த நிமிடங்களில் சார்லஸ் என்ற தென் ஆப்பிரிக்க வீரரும், ஜோசப் என்ற அமெரிக்க வீரரும் இலக்கை அடைந்தனர். பியட்ரியை எல்லைக் கோட்டுக்குத் தூக்கி வந்து சேர்த்தது தவறு. ஒப்புக்கொள்ளவே முடியாது என்று அமெரிக்க வீரர்கள் வாக்குவாதம் செய்தனர். ஆகவே அதிகாரிகள் பியட்ரியை தகுதி நீக்கம் செய்தனர். மற்றவர்களுக்கு முறையே தங்கம், வெள்ளி, வெண்கலம் வழங்கப்பட்டன. நொந்து போயிருந்த பியட்ரிக்கு, மறுநாள் ராணி அலெக்ஸாண்ட்ரா ஆறுதல் பரிசு வழங்கி தேற்றினார்.

லண்டன் ஒலிம்பிக்ஸில் போலோ போட்டியும் இடம் பெற்றிருந்தது. மொத்தம் மூன்று அணிகள் அதில் பங்கேற்றன.

மூன்றுமே இங்கிலாந்தைச் சேர்ந்த கிளப் அணிகளே. தங்களுக்குள் மோதிக் கொண்டு, தங்கம், வெள்ளி, வெண்கலத்தைப் பிரித்துக் கொண்டன. 1908 லண்டன் ஒலிம்பிக்ஸின் பதக்கப் பட்டியலில் யார் முதலிடம் என்று கேட்கவே வேண்டாம். இங்கிலாந்து தான். 56 தங்கம், 51 வெள்ளி, 39 வெண்கலம் - மொத்தம் 146 பதக்கங்களை அள்ளியது. அமெரிக்கா, ஸ்வீடன் முறையே இரண்டாவது, மூன்றாவது இடங்களைப் பிடித்தன. அடுத்த ஒலிம்பிக்ஸ் 1912ல் ஸ்வீடன் தலைநகர் ஸ்டாக்ஹோமில் நடைபெறும் என்று முடிவெடுக்கப்பட்டது.

1912 ஒலிம்பிக்ஸில் ஜப்பான் பங்கேற்றது. ஆசிய கண்டத்தைச் சேர்ந்த ஒரு அணி முதல் முறையாக ஒலிம்பிக்ஸில் நுழைந்தது அப்போதுதான். ஐரோப்பா, ஆஸ்திரேலியா, வட அமெரிக்கா, தென் அமெரிக்கா மற்றும் ஆசியா என ஐந்து கண்டங்களைச் சேர்ந்த நாடுகள் பங்கேற்ற முதல் ஒலிம்பிக்ஸாக 1912 ஸ்டாக்ஹோம் ஒலிம்பிக்ஸ் அமைந்தது. அதைச் சிறப்பிக்கும் விதமாக ஒவ்வொரு நாட்டின் கொடியிலிருந்தும் பொதுவான வண்ணங்களைப் பிரித்தெடுத்து (நீலம், மஞ்சள், கருப்பு, பச்சை, சிவப்பு, வெள்ளை), ஐந்து வளையங்கள் வெள்ளைப் பின்னணியில் இருக்குமாறு கொடி ஒன்றை வடிவமைத்தார் ஒலிம்பிக்ஸின் தந்தையான கோபெர்டின்.

அந்த ஒலிம்பிக்ஸில்தான் போர்ச்சுகல் முதன் முதலில் அடி யெடுத்து வைத்தது. ஆறு போர்ச்சுகல் வீரர்கள் முதல் நாள் அணிவகுப்பில் உற்சாகமாகக் கலந்து கொண்டனர். பிரான்சிஸ்கோ லஸாரோ என்ற தடகள வீரரும் மகிழ்ச்சியுடன் கையசைத்தபடி வந்தார். அவரது கண்களில் ஒலிம்பிக்ஸின் வளையங்கள் தென்பட்டன. அந்த ஒலிம்பிக்ஸ் வளையங்கள், சில நாள்களில் அவருக்கான மலர் வளையங்களாகிப் மாறிப் போன சோகமும் அங்கே அரங்கேறியது.

1908 ஒலிம்பிக் மாரத்தான் வீடியோவைக் காண:
https://www.youtube.com/watch?v=GN1V53FjqQE

10

மரணம் என்னும் தூது வந்தது

பிரான்சிஸ்கோ லஸாரோ - போர்ச்சுகலில் வாகனத் தயாரிப்பு தொழிற்சாலை ஒன்றில், கட்டுமானப் பிரிவில் வேலை பார்த்துக் கொண்டிருந்தார். ஓட்டப்பந்தயங்களில் ஆர்வம் உண்டு. போர்ச்சுகலில் தேசிய அளவில் நடந்த மாரத்தான் போட்டிகளில் சாம்பியன் பட்டம் வென்றிருந்தார். ஆகவே லஸாரோவை 1912 ஸ்டாக்ஹோம் ஒலிம்பிக்ஸுக்கு போர்ச்சுகல் அனுப்பிவைத்தது.

அன்று ஜூலை 14. சூரியன் தகதகவெனப் பிரகாசித்தது. இந்த மராத்தானில் மொத்தம் 68 வீரர்கள் கலந்து கொண்டனர். உத்வேகத்துடன் ஓட ஆரம்பித்த லஸாரோவை, போகப் போக களைப்பு ஆட்கொண்டது. இருந்தும் விடாமல் ஓடினார். மொத்தத் தொலைவையும் கடந்தே தீர வேண்டும் என்ற வெறியுடன் முன்னேறினார். நாக்கு வறண்டது. தலை சுற்றியது. கண்கள் இருட்டின. சுருண்டு கீழே விழுந்தார். மீண்டும் எழவே இல்லை.

களைப்பால், சோர்வால், தாகத்தால், உடலின் நீர் வறட்சியால் லஸாரோ இறந்துபோனார் என்று

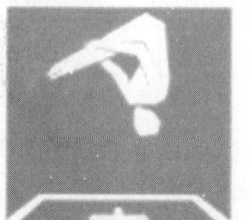

பிரான்சிஸ்கோ லஸாரோ

முதலில் நம்பினார்கள். பிறகு அவரது உடலை ஆராய்ந்த போதுதான் ஒரு விஷயம் தெரிய வந்தது. சூரிய வெப்பம் தன்னைத் தாக்காமல் இருப்பதற்காக லஸாரோ, உடலில் ஆங்காங்கே மெழுகைப் பூசியிருக்கிறார். அது உடலில் இயற்கையாக வியர்வை வெளியேறுவதைத் தடுத்திருக்கிறது. உடலில் வெப்பம் ஏறி, சுருண்டு விழுந்து இறந்து போயிருக்கிறார் 21 வயது லஸாரோ. ஒலிம்பிக்ஸ் வரலாற்றில் நிகழ்ந்த முதல் மரணம் இதுவே.

1936 பெர்லின் ஒலிம்பிக்ஸ் குத்துச்சண்டைப் போட்டியில் ருமேனியாவைச் சேர்ந்த நிக்கோல், ஃபெதர்வெயிட் பிரிவில் கலந்துகொண்டார். உடன் மோதியவர் எஸ்டோனியாவைச் சேர்ந்த எவால்ட். முதல் சுற்றிலேயே எவால்டின் ஆக்ரோஷத்தைத் தாக்குப்பிடிக்க முடியாமல் நிக்கோல் சுருண்டார்.

நான்காவது நாள் நிக்கோல் மர்மமான முறையில் மரணமடைந்தார். அவர் ரத்தத்தில் விஷம் கலந்திருந்ததாக செய்திகள் வெளியாயின. எவால்டின் தாக்குதலால் உள்ளுறுப்புகள் பாதிக்கப்பட்டதால்தான் நிக்கோல் மரணமடைந்தார் என்றொரு கோணத்திலும் செய்திகள் வெளியாயின. நிக்கோல் எதனால் மரணமடைந்தார் என்பதில் தெளிவில்லை. ஆனால், ஒலிம்பிக்ஸின் வரலாற்றில் நிகழ்ந்த இரண்டாவது மரணம் இது.

எலிஸ்கா மிஸாகோவா

1948ல் லண்டனில் இரண்டாவது முறையாக ஒலிம்பிக் போட்டிகள் நடந்தன. செகோஸ்லோவாகியாவைச் சேர்ந்த வீராங்கனைகள் ஜிம்னாஸ்டிக்ஸில் கலக்கினார்கள். அந்த அணியில் 22 வயது எலிஸ்கா மிஸாகோவா என்ற இளம்பெண்ணும் இடம் பெற்றிருந்தார். துறுதுறுவென்ற வீராங்கனை. நிச்சயம் தங்கம் வாங்கிவிட்டுத்தான் தாயகம் திரும்ப வேண்டுமென்று அந்தப் பெண்கள் முனைப்புடன் பயிற்சி எடுத்துக் கொண்டிருந்தார்கள். ஆனால், லண்டனுக்கு வந்த நாளிலிருந்தே எலிஸ்காவுக்கு உடல்நிலை சரியில்லை. போட்டி நெருங்கியபோது எலிஸ்காவின் உடல்நிலை மோசமானது. அவளை அங்கே ஒரு மருத்துவமனையில் சிகிச்சைக்காகச் சேர்த்தார்கள். மருத்துவர்கள் இளம்பிள்ளை வாதம் என்றார்கள். குணப்படுத்துவது கடினம் என்றும் கையை விரித்தார்கள்.

ஆகஸ்ட் 14, சக ஜிம்னாஸ்டிக் வீராங்கனைகள் இறுதிச்சுற்றில் முனைப்புடன் தங்கத்தை நோக்கித் தங்கள் திறமையை வெளிப்படுத்திக் கொண்டிருந்த வேளையில், மருத்துவமனையில்

சக ஜிம்னாஸ்டிக் வீராங்கனைகள்

எலிஸ்காவின் உயிர் பிரிந்தது. சக வீராங்கனைகள் தங்கப் பதக்கத்தைக் கழுத்தில் ஏந்த கண்ணீருடன் போடியத்தில் ஏறினர். அப்போது செகோஸ்லோவாகிய கொடியுடன் ஒரு கருப்பு ரிப்பனும் சேர்த்து ஏற்றப்பட்டது.

1908ல் எரிமலைச் சீற்றத்தால் பொசுங்கிப் போன ரோமின் ஒலிம்பிக்ஸ் கனவு, 1960ல் கைகூடியது. அங்கே ஒரு சைக்கிள் பந்தயத்தில் நடந்த சம்பவம், அதனால் எழுந்த சர்ச்சைகள், ஒலிம்பிக் போட்டிகளின் வரலாற்றில் மிகப்பெரிய திருப்பமாக அமைந்தது.

ஆகஸ்ட் 26 அன்று, 100 கிமீ சைக்கிள் பந்தயம் ஒன்று நடைபெற்றது. அணிக்கு 4 பேர். மொத்தம் 32 தேசங்களைச் சேர்ந்த அணிகள் கலந்துகொண்டன. நட் ஜென்சன், வேகன், நீல்ஸ், ஜோர்கன் என்ற நான்கு வீரர்கள் அடங்கிய டென்மார்க் அணியும் அதில் ஒன்று. ரோமின் பசிபிக் கடற்கரைச் சாலையில் பந்தயம் ஆரம்பமானது. அன்றைக்கு வெயில் 40 டிகிரி செல்சியஸாகக் கொதித்தது.

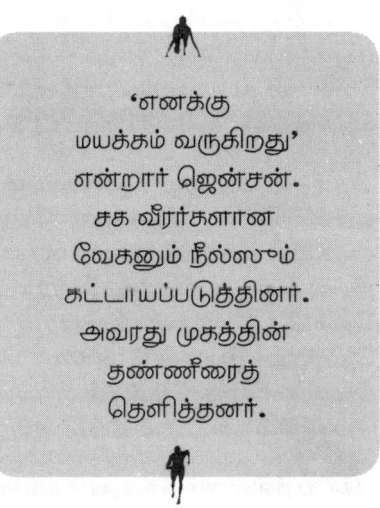

‘எனக்கு மயக்கம் வருகிறது’ என்றார் ஜென்சன். சக வீரர்களான வேகனும் நீல்ஸும் கட்டாயப்படுத்தினர். அவரது முகத்தின் தண்ணீரைத் தெளித்தனர்.

பந்தயம் தொடங்கிய கொஞ்ச நேரத்திலேயே சில வீரர்கள், உடலிலிருந்து அதிக நீர் வெளியேற்றத்தால் பாதிக்கப் பட்டனர். தண்ணீரைக் குடித்தும், மேலே ஊற்றிக் கொண்டும் சமாளித்தபடி சைக்கிளை மிதித்தனர். போட்டி ஆரம்பமா வதற்கு முன்பே டென்மார்க்கின் ஜென்சனுக்கு உடல் நிலை சரியில்லை. முதல் சுற்றை முடிக்கும்போதே, டென்மார்க் அணியின் இன்னொரு வீரரான ஜோர்கன் களைத்துப் போனார். போட்டியிலிருந்து விலகினார். போட்டி விதியின்படி, அணியில் மூன்று பேராவது மொத்தத் தொலைவையும் கடந்து முடிக்க வேண்டும். இல்லையேல், அணி தகுதி நீக்கம் செய்யப்படும்.

நீல்ஸ் - ஜென்சன் - வேகன்

கீழே விழுந்த ஜென்சன்

ஜென்சன் பல்லைக் கடித்தபடி சைக்கிளை மிதித்துக் கொண்டிருந்தார். விலகி விடலாம் என்று தோன்றியது. 'எனக்கு மயக்கம் வருகிறது' என்றார் ஜென்சன். சக வீரர்களான வேகனும் நீல்ஸும் கட்டாயப்படுத்தினர். அவரது முகத்தின் தண்ணீரைத் தெளித்தனர். தண்ணீர் குடிக்கச் செய்தனர்.

அதற்குப் பிறகும் ஜென்சன் சைக்கிளை மிதிக்க இயலாமல் தடுமாறினார். வேகனும் நீல்ஸும் அவருக்கு இருபுறமும் சைக்கிளை மிதித்தபடி வந்தனர். ஜென்சனின் சட்டையைப் பின்புறமாகப் பிடித்து இழுத்தபடி முன்னேறினர். சிறிது தூரம் சென்றிருப்பார்கள். ஜென்சன் சைக்கிளை ஓட்டுவதுபோலத் தெரிந்தது. இருவரும் அவரை விட்டு சிறிது விலகிய சமயத்தில், நிலைகுலைந்த ஜென்சன் சைக்கிளுடன் கீழே விழுந்தார். அந்த வேகத்தில் நடைபாதையில் அவரது தலை மோதியது.

பதறிய நீல்ஸும் வேகனும் தங்கள் சைக்கிள்களை கீழே போட்டு விட்டு, ஜென்சனை நோக்கி ஓடி வந்தனர். உதவி வாகனமும் உடனே அங்கே வந்தது. ஜென்சனைத் தூக்கி ஓர் ஓரமாகக் கிடத்தினர். முதலுதவிகள் செய்தனர். ஜென்சனின் மயக்கம் தெளியவில்லை. அருகிலிருந்த ராணுவ முகாமுக்கு ஜென்சனை ஆம்புலன்ஸில் அழைத்துச் சென்றனர். அன்று மதியம் வரை ஜென்சனுக்கு நினைவு திரும்பவில்லை. அவர் அன்றே இறந்தும் போனார்.

ஜென்சன் மரணம் குறித்த பல்வேறு கேள்விகள் எழுந்தன. விசாரணைகள் நடந்தன. டென்மார்க் சைக்கிளிங் டீம் பயிற்சியாளராக இருந்த ஜோர்ஜென்ஸன், டென்மார்க் அரசு விசாரணை அதிகாரிகளிடம் தனது வாக்குமூலத்தைக் கொடுத்தார். 'ஜென்சனுக்கும் இன்னொரு வீரருக்கும் போட்டிக்கு

முன்பாக ரத்த ஓட்டத்தை அதிகரிக்கும் ஊக்க மருந்து ஒன்றைக் கொடுத்தேன்.'

ஊக்க மருந்துதான் ஜென்சனின் மரணத்துக்குக் காரணம் என்று செய்திகள் அலறின. ஒலிம்பிக் போட்டிகளில் வீரர்கள் ஊக்க மருந்துகளைக் கையாள்வதைக் கண்காணிக்க வேண்டும் என்று குரல்கள் எழும்பின. சர்வதேச ஒலிம்பிக் கமிட்டி, இதற்காக மருத்துவ கமிட்டி ஒன்றை 1961ல் நிறுவியது. அதற்குப் பிறகே ஒலிம்பிக்ஸில் வீரர்கள் ஊக்க மருந்து பயன்படுத்துவதைத் தடுக்கும் விதத்தில் விதிகள் இறுக்கப்பட்டன. 1968ல் பிரான்ஸில் நடந்த குளிர்கால ஒலிம்பிக்ஸில் வீரர்களுக்கு ஊக்க மருந்து பரிசோதனை நடத்தும் வழக்கம் ஆரம்பமானது.

ஆக, ஜென்சனின் மரணமே ஒலிம்பிக்ஸில் ஊக்க மருந்து பரிசோதனை கறாராக நடத்தப்படுவதற்கு வித்திட்டது. ஆனால், ஜென்சன் ஊக்க மருந்து பயன்படுத்தவில்லை என்பதே உண்மை. 1961ல் ஜென்சனின் பிரேத பரிசோதனை அறிக்கை சமர்ப்பிக்கப்பட்டது. அதனை மேற்கொண்ட மருத்துவர்கள் சிலவற்றைத் தெளிவுபடுத்தினார்கள். ஜென்சன் சைக்கிளி லிருந்து கீழே விழுந்தபோது அவரது தலை நடைபாதையில் மோதியதில் மண்டை ஓட்டில் கீறல் உண்டாகியிருக்கிறது. அதிக வெப்பத்தால் உண்டான பக்கவாதத்திலேயே ஜென்சன் இறந்து போயிருக்கிறார். அவரது உடலில் ஊக்க மருந்து பயன்படுத்தியதற்கான மாதிரிகள் எதுவும் கண்டுபிடிக்கப் படவில்லை.

நிலைதடுமாறி மயங்கி விழுந்த ஜென்சன், ராணுவ முகாமுக்கு அழைத்துச் செல்லப்பட்டும், அங்கே அவரது உடலைக் குளிர்விக்க முயற்சிகள் எதுவும் மேற்கொள்ளப்படவில்லை. அந்தக் கூடாரமும் அதீத வெப்பத்தால் தகித்தது. எல்லாம் சேர்ந்தே ஜென்சனின் உயிரைப் பறித்துவிட்டது என்பதே உண்மை.

இப்படி ஒலிம்பிக் போட்டிகளின் களத்தில், களத்துக்கு வெளியில் நிகழ்ந்த விபத்துகளில், பயிற்சியின்போது நிகழ்ந்த விபத்துகளில் என்று பல்வேறு விதங்களில் மரணங்கள் நிகழ்ந்துள்ளன.

ஆனால், அந்த 11 பேரின் மரணம் அனைத்திலும் கொடூரமானது.

11

ஒலிம்பிக்ஸின் ரத்தச் சரித்திரம்

நவீன ஒலிம்பிக்ஸில் சர்வதேச அரசியல் சார்ந்த எதிர்ப்புகள் அரங்கேறுவதும் காலம் காலமாக நடந்து கொண்டுதான் இருக்கிறது. 1916 ஒலிம்பிக்ஸ் பெர்லினில் நடைபெறுவதாக இருந்தது. முதல் உலகப் போரினால் அது தடைபட்டது. 1920 ஒலிம்பிக்ஸ் பெல்ஜியத்தில் நடைபெற்றது. முதல் உலகப் போரில் குற்றவாளிகளாகக் கருதப்பட்ட ஜெர்மனி, ஹங்கேரி, ஆஸ்திரியா, ஒட்டமான் பேரரசு, பல்கேரியா நாடுகள் அந்த ஒலிம்பிக்ஸில் கலந்துகொள்ள தடை விதிக்கப்பட்டன. ஜெர்மனி மீதான அந்தத் தடை 1924 ஒலிம்பிக்ஸிலும் நீடித்தது.

இரண்டாம் உலகப் போரினால் 1940, 1944 ஒலிம்பிக்ஸுகள் தடைபட்டன. 1948 லண்டன் ஒலிம்பிக்ஸில் ஜெர்மனி, ஜப்பானுக்கு கலந்து கொள்ளதடை விதிக்கப்பட்டது. சோவியத் யூனியன் சில அரசியல் காரணங்களினால் தனது வீரர்கள் யாரையும் அனுப்பவில்லை. 1952 ஒலிம்பிக்ஸில் ஜெர்மனி கலந்துகொள்ளவில்லை. பதிலாக சார்லாண்ட் என்றழைக்கப்பட்ட பிரான்ஸ்

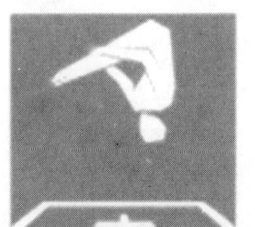

ஆக்கிரமிப்பு ஜெர்மனி கலந்து கொண்டது. சார்லாண்ட் கலந்து கொண்ட ஒரே ஒலிம்பிக்ஸ் இதுவே. அந்த அணி ஒரு பதக்கம்கூட வெல்லவில்லை.

பெர்லின் சுவரினால், மேற்கு ஜெர்மனி - கிழக்கு ஜெர்மனி என்று இரண்டாக உடைந்து போயிருந்தாலும், *1956, 1960, 1964* ஆகிய மூன்று ஒலிம்பிக்ஸுகளில் ஜெர்மனியர்கள் United Team of Germany என்ற பெயரில் கலந்துகொண்டனர். ஜெர்மனியர்கள் தம் ஒற்றுமையை, தேசிய உணர்வை அழுத்தமாக வெளிப்படுத்திய தருணங்கள் அவை.

United Team of Germany

1956 மெல்போர்ன் ஒலிம்பிக்ஸில் சர்வதேச அரசியல் சகட்டு மேனிக்கு விளையாடியது. எகிப்து, சூயஸ் கால்வாயை நாட்டுடைமை ஆக்கியது. அதைத் தொடர்ந்து, இஸ்ரேல், இங்கிலாந்து, பிரான்ஸ் ஆகிய நாடுகள் எகிப்து மீது போர் தொடுத்தன. இதை எதிர்த்து, எகிப்து, இராக், லெபனான் ஆகிய நாடுகள் மெல்போர்ன் ஒலிம்பிக்ஸைப் புறக்கணித்தன.

அந்த ஆண்டில் ஹங்கேரியில் சோவியத்தின் ஸ்டாலின் சார்பு கம்யூனிச அரசுக்கு எதிராக மக்கள் புரட்சி ஒன்று வெடித்தது. சோவியத் படைகள், ஹங்கேரிக்குள் புகுந்து புரட்சியை ஒடுக்கின. மெல்போர்ன் ஒலிம்பிக்ஸில் சோவியத் யூனியனும் பங்கேற்றது.

ஹங்கேரி புரட்சி

அதை விரும்பாத நெதர்லாந்து, ஸ்பெயின், ஸ்விட்சர்லாந்து ஆகிய நாடுகள், ஒலிம்பிக்ஸில் இருந்து விலகிக் கொள்வதாக அறிவித்தன. ஆனால், ஹங்கேரி வீரர்கள் இந்த ஒலிம்பிக்ஸில் கலந்துகொண்டனர் என்பது குறிப்பிடத்தக்கது.

ஹங்கேரியில் புரட்சி நடந்து கொண்டிருந்தபோது, அதன் வாட்டர் போலோ விளையாட்டு வீரர்கள் புதாபெஸ்ட்டில் ஒரு மலையேற்றப் பயிற்சியில் இருந்தனர். சோவியத் படைகளால் புரட்சிக்காரர்கள் ஒடுக்கப்படுகிறார்கள் என்று செய்தி வந்தது. ஹங்கேரிக்குத் திரும்பினால் ஒலிம்பிக்ஸில் கலந்து கொள்ள முடியாமல் சிக்கிக் கொள்வோம் என்று அந்த அணியினர், செகோஸ்லோவாகியாவுக்கு சென்றுவிட்டனர்.

பின்பு ஒலிம்பிக்ஸில் கலந்துகொள்ள மெல்போர்னுக்கு வந்தனர். வாட்டர் போலோ விளையாட்டின் அரை இறுதியில் சோவியத் யூனியன் அணியும் ஹங்கேரி அணியும் மோத வேண்டிய சூழல். இரு அணி வீரர்களுமே அதை ஒரு போர்க்களமாகவே எடுத்துக் கொண்டனர். குறிப்பாக ஹங்கேரி அணியினர், தங்கள் சொந்த தேசத்துக்குச் செல்ல முடியாத ஏக்கத்தில், மீண்டும் அங்கே திரும்பிச் செல்வோமா என்ற கேள்வியுடன் கோபத்தில் இருந்தனர். குடும்பத்தினரை, உறவினர்களை எல்லாம் பிரிந்து தவித்துக் கொண்டிருந்தனர்.

அந்த வெறி எல்லாம் களத்தில் சோவியத் உடனான ஆட்டத்தில் வெளிப்பட்டது. அந்த நீச்சல் குளம் அந்தப் போட்டியில் சூடாகத்தான் இருந்தது. இரு தேச வீரர்களும் ஆவேச வார்த்தை களைப் பரிமாறிக் கொண்டனர். போட்டியின் ஆரம்பம் முதலே ஹங்கேரியின் கையே ஓங்கியிருந்தது. ஆட்ட நேரம் முடிவதற்குச் சில நிமிடங்கள் முன்பு ஹங்கேரி 4 கோல்கள் போட்டிருந்தது. சோவியத் 0. அந்த ஆத்திரத்தை சோவியத் வீரர் வேலண்டின் ப்ரோகோபோவ் வெறித்தனமாக வெளிப் படுத்தினார். ஹங்கேரி வீரர் எர்வின் ஸாடோர் முகத்தில் ஓங்கி ஒரு குத்துவிட்டார்.

ரத்தம் வழிய எர்வின்

மைதானமெங்கும் சலசலப்பு. ஹங்கேரி ரசிகர்கள் களத்தில் குதிக்கத் தயாராகினர். சோவியத் ரசிகர்களும். குளத்திலிருந்து கரையேறிய எர்வினின் வலது கண் பக்கத்திலிருந்து ரத்தம் கொட்டியது. போட்டிக்களம் போர்க்களமாக மாறவிருந்த சூழலில் போலீஸ் நிலைமையைக் கட்டுக்குள் கொண்டுவரப் போராடியது. போட்டி முடிய ஒரு நிமிடம் இருக்கும் முன்பு, ஹங்கேரி வெற்றி பெற்றதாக நடுவர்கள் அறிவித்தனர். இது ஒலிம்பிக்ஸ் வரலாற்றில் Blood in the Water Match என்றழைக்கப் படுகிறது.

வாட்டர் போலோ இறுதிப்போட்டியில் ஹங்கேரி, யுகோஸ்லாவியாவைத் தோற்கடித்து தங்கப்பதக்கம் வென்றது. ஆனால், எர்வினும் அவரது அணியினர் சிலரும் ஒலிம்பிக் போட்டி முடிந்தும் ஹங்கேரிக்குத் திரும்ப இயலாத சோகம் தொடரவே செய்தது.

ஹிட்லர் நடத்திய பெர்லின் ஒலிம்பிக் போட்டிகளுக்குப் பிறகு மீண்டும் ஜெர்மனி முனிச் நகரத்தில் ஒலிம்பிக் போட்டிகளை நடத்தும் வாய்ப்பை 1972ல் பெற்றது. ஆனால், 'சரித்திரத்தின் கருப்பு ஒலிம்பிக்ஸ்' என்று முனிச் ஒலிம்பிக்ஸை அழைக்கும் படியான தீவிரவாத சம்பவங்கள் அங்கே அரங்கேறின.

முனிச் நகரத்தில் அமைக்கப்பட்ட ஒலிம்பிக் கிராமம் அனைத்து வசதிகளும் நிரம்பியதாகவே இருந்தது. ஆனால், பாதுகாப்பு குறைவாக இருந்தது. யார் வேண்டுமானாலும் எங்கே வேண்டுமானாலும் எளிதாக வேலிகளைத் தாண்டிக் குதித்துச் செல்லலாம் என்ற அளவுக்கே கட்டமைப்பு இருந்தது. பாதுகாப்புக்கு ஆயுதம் ஏந்திய வீரர்கள் யாரும் இல்லை. தவிர, இஸ்ரேல் வீரர்களுக்கு ஒதுக்கப்பட்டிருந்த கட்டடம் ஒலிம்பிக் கிராமத்தில் ஒதுக்குப்புறமாகவும் இருந்தது. இந்த பாதுகாப்புக் குறைபாடுகள் குறித்து இஸ்ரேலின் ஒலிம்பிக் குழு அதிகாரி ஒருவர், முன்னமே புகாரும் தெரிவித்திருந்தார்.

ஆகஸ்ட் 26ல் முனிச் ஒலிம்பிக்ஸ் ஆரம்பமானது. செப்டெம்பர் 4, திங்கள் மாலையில் இஸ்ரேலிய வீரர்கள், இஸ்ரேலிய நடிகர் ஒருவர் நடித்த நாடகம் ஒன்றைக் கண்டுகளித்துவிட்டு ஒலிம்பிக் கிராமத்துக்குத் திரும்பியிருந்தனர். மறுநாள் அதிகாலை

பாலஸ்தீனத் தீவிரவாதிகள்

4.30 மணி. எட்டு பேர் கொண்ட ஒரு கும்பல் இஸ்ரேலிய வீரர்கள் இருந்த கட்டடத்துக்கு வெளியே வந்து நின்றது. விளையாட்டு வீரர்களுக்கான உடையணிந்து, கைகளில் ஸ்போர்ட்ஸ் பேக்குடன் நின்று கொண்டிருந்த அவர்கள், வேலி தாண்டிக் குதிக்கும் முயற்சியில் ஈடுபட்டிருந்தார்கள். அப்போது இரண்டு மூன்று நிஜ விளையாட்டு வீரர்கள் (கனடா வீரர்கள் என்று பின்பு தெரிவிக்கப்பட்டது), இந்த எட்டு பேரைக் கண்டனர்.

> முதலில் இரு இஸ்ரேலியப் பிணைக் கைதிகளைச் சுட்டுக் கொன்றனர். பேச்சுவார்த்தை தீவிரம் அடைந்தது. முனிச் ஒலிம்பிக் களம், இஸ்ரேல் – பாலஸ்தீன் பிரச்னைகளுக்கான போர்க்களமாக உருமாறியது.

'ஹே! எங்களை மாதிரி நீங்களும் வெளியில சுத்திட்டு வர்றீங்களா? எந்த நாடு நீங்க? என்ன விளையாட்டு?' என்று ஒரு வீரர் ஆங்கிலத்தில் கேட்க, எட்டு பேரும் பதிலற்ற புன்னகையுடன் நின்று கொண்டிருந்தனர். 'அவங்களுக்கு ஆங்கிலம் தெரியாது' என்றார் இன்னொரு கனடா வீரர். அந்த கனடா வீரர்களது உதவியுடன், எட்டு பேரும் வேலி தாண்டிக் குதித்து, கட்டடத்துக்குள் நுழைந்தனர்.

அவர்கள் பாலஸ்தீனத் தீவிரவாதிகள். அங்கே யாருமற்ற ஓர் இடத்தில், அந்த எட்டு பேரும் தங்கள் கைப்பைகளைத் திறந்தனர். ஆயுதங்கள். சிறிய துப்பாக்கிகள், பெரிய ரகத் துப்பாக்கிகள், கையெறி குண்டுகளுடன் ஓர் அறைக்குள் புகுவதற்கு முயற்சி செய்தனர். அந்த அறையிலிருந்து இஸ்ரேலின் யோசெப் என்ற மல்யுத்தப் பயிற்சியாளர் ஏதோ சத்தம் கேட்டு வெளியே வந்தார். துப்பாக்கிகளுடன் யாரோ அறைக்குள் நுழைய முயல்வதைக் கண்டு கதவைச் சாத்த முயற்சி செய்தார். உரக்கக் கத்தி அறையிலிருந்த மற்றவர்களை எழுப்பினார். தூக்கக் கலக்கத்தில் இருந்தவர்களால் ஆயுதங்களுக்கு முன்பாகப் பெரிதாக எதிர்த்துப் போராட இயலவில்லை.

அந்த அறையிலிருந்தவர்கள், பக்கத்திலிருந்த ஆறு மல்யுத்த வீரர்கள், பளுதூக்கும் வீரர்கள் உள்ளிட்ட 11 இஸ்ரேலியர்களை

அந்தத் தீவிரவாதிகள் பிணைக்கைதிகளாகப் பிடித்து வைத்தனர். இந்தக் களேபரத்தில் முதல் அறையிலிருந்த இஸ்ரேலின் பளு தூக்கும் பயிற்சியாளர் டுவியா, ஜன்னலை உடைத்துக் கொண்டு வெளியில் தப்பி ஓடியிருந்தார். வேறு அறைகளில் இருந்த இஸ்ரேலியர்கள் ஓரிருவரும் தப்பித்திருந்தனர். அவர்கள் மூலமாக செய்தி வெளியே தெரிய வந்தது.

அந்த பாலஸ்தீனிய தீவிரவாதிகள் Black September என்ற அமைப்பைச் சேர்ந்தவர்கள். இஸ்ரேல் சிறையில் உள்ள 234 பாலஸ்தீனியர்களை விடுவிக்க வேண்டும் என்பதே அந்தத் தீவிரவாதிகளின் பிரதான கோரிக்கை. அந்தக் கோரிக்கைக்குச் சரியான பதில் கிடைக்காததால், முதலில் இரு இஸ்ரேலியப் பிணைக் கைதிகளைச் சுட்டுக் கொன்றனர். பேச்சுவார்த்தை தீவிரம் அடைந்தது. முனிச் ஒலிம்பிக் களம், இஸ்ரேல் - பாலஸ்தீன் பிரச்னைகளுக்கான போர்க்களமாக உருமாறியது. பேச்சுவார்த்தையில் இழுபறி. தங்கள் கோரிக்கை நிறைவேறாது என்று உணர்ந்த தீவிரவாதிகள், மீதியிருந்த பிணைக் கைதிகளை பாலஸ்தீனத்துக்குக் கடத்திச் செல்ல முடிவெடுத்தனர். முனிச் ராணுவ விமான நிலையத்துக்கு ஒன்பது பேரையும் துப்பாக்கி முனையில் அழைத்துச் சென்றனர். அங்கிருந்து ஹெலிகாப்டர் ஒன்றின் மூலம் தப்பிக்க முயற்சி செய்யும்போது, ஜெர்மன் அதிரடிப் படையினர் எதிர்பாராத திசையில் இருந்து திடீர்த் தாக்குதல் மேற்கொண்டனர்.

கொல்லப்பட்ட பதினொரு பேர்

தோட்டாக்கள் சரமாரியாக வெடித்தன. நீண்ட நேரம் தொடர்ந்த இந்தச் சண்டையில் பிணைக் கைதிகள் அத்தனை பேருமே பலியாகினர். (மொத்தம் 11 பேர் இஸ்ரேலிய பயிற்சியாளர்கள் 6 பேர், விளையாட்டு வீரர்கள் 5 பேர்). தீவிரவாதிகள் ஐந்து பேர் கொல்லப்பட்டனர். மூன்று பேர் கைது செய்யப்பட்டனர். ஜெர்மனியின் போலீஸ் அதிகாரி ஒருவர் கொல்லப்பட்டார்.

இந்த அதிர்ச்சி மரணங்களால் முனிச்சில் ஒலிம்பிக் கொடி அரைக் கம்பத்தில் பறக்கவிடப்பட்டது. ஓரிரு நாள்கள் பாதிக்கப்பட்ட ஒலிம்பிக் போட்டிகள், பின்பு பலத்த பாதுகாப்பு ஏற்பாடுகளுடன் நடத்தி முடிக்கப்பட்டன.

கொல்லப்பட்ட ஐந்து பாலஸ்தீனிய தீவிரவாதிகளின் உடல்கள் லிபியாவிடம் ஒப்படைக்கப்பட்டன. அங்கே அந்த ஐந்து பேருடைய இறுதிச் சடங்குகளும் மாவீரர்களுக்குரிய ராணுவ மரியாதையுடன் நடத்தப்பட்டன. அந்த செப்டெம்பர் 8ல் இஸ்ரேல், சிரியா மீதும் லெபெனான் மீதும் போர் விமானங் கள் மூலம் தாக்குதல் நடத்தியது. அதில் வீசப்பட்ட குண்டுகளால் 200 மக்கள் பலியாகினர். மீதமிருந்த 3 பாலஸ்தீனியத் தீவிர வாதிகளை விடுவிக்க, அக்டோபர் 29 அன்று லுஃப்தான்ஸா ஃப்ளைட் 615 என்ற விமானத்தை பாலஸ்தீனியர்கள் கடத்தி னார்கள். அப்படியாக அந்த அரசியல் போர் தொடர்ந்தது. தொடர்கிறது.

1956 சோவியத் - ஹங்கேரி வாட்டர் போலோ அரையிறுதி வீடியோவைக் காண :
https://www.youtube.com/watch?v=jkS91DSsO3Q

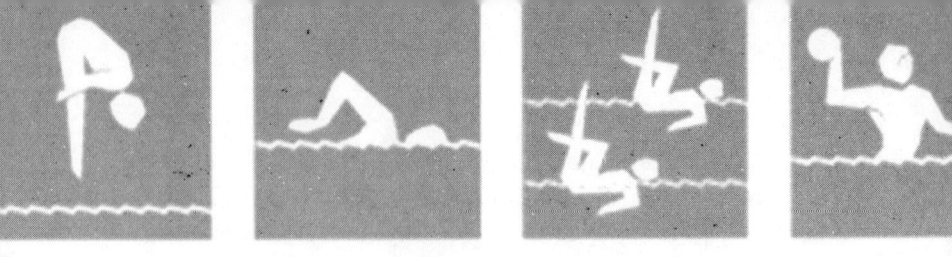

12

பறக்கும் குடும்பத்தலைவி

'அந்த அம்மையாருக்கு வயசாகிவிட்டதல்லவா. பேசாமல் வீட்டில் இருக்கச் சொல்லுங்கள்' என்று பலரும் விமரிசித்தார்கள். 'இரண்டு பிள்ளைகளைப் பெற்ற தாய். அவருக்கு எதற்கு விளையாட்டெல்லாம்?' - நெதர்லாந்து மக்களே தங்கள் நாட்டின் நட்சத்திர வீராங்கனையைப் புறந்தள்ளினார்கள். எதையும் அந்த 30 வயது நெதர்லாந்து வீராங்கனை காதில் போட்டுக் கொள்ளவில்லை. முழு முனைப்புடன் 1948 லண்டன் ஒலிம்பிக்ஸுக்காகத் தயாராகிக் கொண்டிருந்தார்.

ஃபேனி பிளாங்கர்ஸ் கூன். 1918ல் பிறந்தவர். விளையாட்டில் ஆர்வம் கொண்ட குடும்பம். ஃபேனியும் பிறவி விளையாட்டு வீராங்கனையாகவே வளர்ந்தாள். பருவ வயதில் டென்னிஸ், நீச்சல், ஐஸ் ஸ்கேட்டிங், வாள் சண்டை, தடகளம், ஜிம்னாஸ்டிக்ஸ் என பல்வேறு விளையாட்டுகளை ஆர்வமுடன் விளையாடினாள். அதில் நீச்சலில் மட்டும் கூடுதல் ஆர்வம் இருந்தது. அவளது நீச்சல் பயிற்சியாளர் ஒருசமயம் ஃபேனியிடம் தெளிவாக

எடுத்துச் சொன்னார். 'நீச்சலில் போட்டி அதிகம். நெதர்லாந்தில் ஏகப்பட்ட திறமையான நீச்சல் வீராங்கனைகள் இருக்கிறார்கள். ஆனால், தடகளத்தில் சாதிக்க ஆளில்லை. உன் உயரத்துக்கும், உடல் அமைப்புக்கும் தடகளத்தில் கவனம் செலுத்தினால் ஒலிம்பிக்ஸில் சாதிக்கலாம்.'

அது முதல் ஃபேனி தடகளத்தில் பல்வேறு பிரிவு விளையாட்டு களில் கவனம் செலுத்த ஆரம்பித்தார். ஜேன் பிளாங்கர்ஸ், நெதர்லாந்தின் டிரிபிள் ஜம்ப் வீரர். 1928 ஒலிம்பிக்ஸில் சாதிக்கத் தவறியவர். ஆனால், அவர் ஃபேனியின் திறமையை அடையாளம் கண்டுகொண்டார். முறையாகப் பயிற்சியளித்து 1936 பெர்லின் ஒலிம்பிக்ஸில் ஃபேனியைக் கலந்து கொள்ளச் செய்தார். உயரம் தாண்டுதல் மற்றும் 4 x 100 மீ ரிலே போட்டியில் பங்குபெற்ற ஃபேனியால், இரண்டிலுமே பிரகாசிக்க முடியவில்லை.

அதற்குப் பிறகு நடந்த சில சர்வதேசப் போட்டிகளில் ஃபேனி வெல்ல ஆரம்பித்தார். அதுவும் புதிய சாதனைகளுடன். 1940ல் நெதர்லாந்துக்கு தங்கம் அள்ளித்தரப்போகும் வீராங்கனை ஃபேனிதான் என்று எதிர்பார்ப்பு கூடியது. இரண்டாம் உலகப் போர். ஒலிம்பிக்ஸின் ஓய்வு காலம்.

ஃபேனி - ஜேன் பிளாங்கர்ஸ்

1940ல் ஃபேனியும் ஜேன் பிளாங்கர்ஸும் திருமணம் செய்து கொண்டனர். 1941ல் அவர்களுக்கு முதல் குழந்தை பிறந்தது. இனி ஃபேனியைக் களத்தில் காண முடியாது என்றே அனைவரும் நினைத்தனர். ஆனால், குழந்தை பிறந்த சில வாரங் களிலேயே ஜேனின் துணையுடன் பயிற்சிகளைத் தொடர்ந்தார் ஃபேனி. உள்நாட்டுப் போட்டிகளில் தடகளத்தில் அவரது புதிய சாதனைகள் தொடர்ந்தன. 1944 ஒலிம்பிக்ஸும் நடைபெற வில்லை. அடுத்த இரண்டு ஆண்டுகளில் இரண்டாவது குழந்தை. அது பிறந்த சில வாரங்களிலேயே ஐரோப்பிய சாம்பியன்ஷிப் போட்டிகளில் ஃபேனி கலந்து கொண்டார்.

இரண்டு குழந்தைகளின் தாயான ஃபேனிதான், 1948 லண்டன் ஒலிம்பிக்ஸில் பல்வேறு விமரிசனங்களுக்கு மத்தியில், எதையும் மனத்தில் ஏற்றிக் கொள்ளாமல் தீர்க்கமான நம்பிக்கையுடன் களமிறங்கினார், ஜேனின் உறுதுணையுடன்.

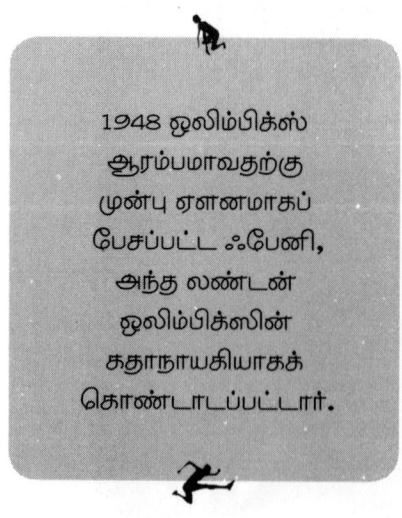

1948 ஒலிம்பிக்ஸ் ஆரம்பமாவதற்கு முன்பு ஏளனமாகப் பேசப்பட்ட ஃபேனி, அந்த லண்டன் ஒலிம்பிக்ஸின் கதாநாயகியாகக் கொண்டாடப்பட்டார்.

1936 ஒலிம்பிக்ஸில் சாதிக்க முடியவில்லை. அடுத்து இரண்டு ஒலிம்பிக்ஸுகள் நடைபெறவே இல்லை. இத்தனையையும் தாண்டி இந்த ஒலிம்பிக்ஸில் பங் கேற்கக் கிடைத்திருக்கும் வாய்ப்பைத் தவற விடவே கூடாது. இதில் மட்டும் நான் சாதிக்காவிட்டால், என்னை விமரிசிப்பவர் களது வார்த்தைகள் உண்மை யாகிவிடும். ம்ஹூம். அது நடக்கக்கூடாது. நான் சாதித்தே தீர வேண்டும்.

100 மீ ஓட்டத்தில் எளிதாக அரை இறுதிக்கு தகுதி பெற்று, அதில் முதலாவது வந்த ஃபேனி, அன்றே (ஆகஸ்ட் 2) நடந்த இறுதிப்போட்டியில் ஓடினார். முதலிடம். ஃபேனிக்கு முதல் தங்கப்பதக்கம். 11.9 விநாடிகள் என புதிய ஒலிம்பிக் சாதனை. அந்த நொடியிலிருந்து தடகளத்தில் அத்தனைக் கண்களும் ஆச்சரியமாக அந்தத் தாயின் மீதே குவிய ஆரம்பித்தன.

இறுதிப்போட்டியில் முதலாவதாக வந்த ஃபேனி

மறுநாள் 80 மீ தடை ஓட்டத்தில் இறுதிப்போட்டிக்கு எளிதாகத் தகுதிபெற்றார் ஃபேனி. ஆகஸ்ட் 4 அன்று நடந்த இறுதிப்போட்டியில் ஃபேனி சற்றே பிசகலான ஆரம்பத்தையே கொடுத்தார். கார்ட்னெர் என்ற இங்கிலாந்து வீராங்கனை ஃபேனிக்கு பெரும் சவாலாக இருந்தார். (கார்ட்னெருக்கும் ஃபேனியின் கணவர் ஜேன்தான் பயிற்சியாளர்.) முதலில் சொதப்பினாலும் அடுத்தடுத்த மீட்டர்களில் மீண்டு, தாண்டு தாண்டு எனத் தாண்டி எல்லைக் கோட்டைத் தொட்டார் ஃபேனி. கார்ட்னெரும் ஃபேனியிம் 11.2 நொடியில் (புதிய ஒலிம்பிக் சாதனை) எல்லைக் கோட்டைத் தொட யாருக்குத் தங்கம் என்பதில் குழப்பம். பின் அந்த நொடியில் எடுத்த புகைப்படத்தில் ஃபேனியே முதலில் கோட்டைத் தொட்டது உறுதி செய்யப்பட, அவரது கழுத்தில் இரண்டாவது தங்கம் ஜொலித்தது.

ஆகஸ்ட் 6 அன்று 200 மீ ஓட்டம் இறுதிப்போட்டி. ஃபேனி, தன் குழந்தைகளின் நினைவால் சோர்ந்து போயிருந்தார். ஜேன், அவரைத் தேற்றினார். உற்சாகப்படுத்தினார். உத்வேகத்துடன் களத்தில் இறக்கினார். அன்று பெய்த மழையால் ஓட்டப்பாதையெல்லாம் சேறாக இருந்தாலும் 24.4 நொடியில் (புதிய ஒலிம்பிக் சாதனை) மூன்றாவது தங்கம் வென்றார். ஆட்ரே பேட்டர்சன் என்ற அமெரிக்க வீராங்கனை வெண்கலம் வென்றார். ஒலிம்பிக்ஸில் பதக்கம் வென்ற முதல் ஆப்பிரிக்க-அமெரிக்க வீராங்கனை ஆட்ரே.

ஆகஸ்ட் 7 அன்று 4 x 100 மீ ரிலே இறுதிப்போட்டி நடந்தது. போட்டி ஆரம்பமாவதற்குச் சில நிமிடங்கள் முன்பு ஃபேனியைக் காணவில்லை என்று பரபரப்பு. வேகவேகமாக மைதானத்துக்குள் வந்தார் ஃபேனி. 'ரெயின் கோட் வாங்கப் போயிருந்தேன்' என்று சிரித்தபடியே போட்டிக்குத் தயாரானார். ஜெனியா, நெட்டி, ஜெர்டா, ஃபேனி என்ற நால்வர் அணி. ஃபேனிதான் இறுதியாகக் கோலினை வாங்கிக் கொண்டு ஓட வேண்டும். மூன்றாவதாக ஓடி வந்த ஜெர்டா, ஃபேனியிடம் கோலை ஒப்படைக்கும்போது, நெதர்லாந்து மூன்றாவது இடத்தில் இருந்தது. ஆஸ்திரேலியா, கனடா வீராங்கனைகள் முதல் இரண்டு இடங்களில் ஓடிக் கொண்டிருந்தனர். இறுதி 100 மீட்டரில் இறக்கை விரித்த ஃபேனி, பார்வையாளர்களின் இதயங்கள் படபடக்க, எல்லைக் கோட்டை முதலாவதாகத் தொட்டார். நான்காவது தங்கம்.

1948 ஒலிம்பிக்ஸ் ஆரம்பமாவதற்கு முன்பு ஏளனமாகப் பேசப் பட்ட ஃபேனி, அந்த லண்டன் ஒலிம்பிக்ஸின் கதாநாயகி யாகக் கொண்டாடப்பட்டார். ஒலிம்பிக்ஸில் 4 தங்கங்கள் வென்ற முதல் பெண் ஃபேனியே. ஒரு வீராங்கனை மூன்று தனி நபர் போட்டிக்கு மேல் பங்கேற்கக் கூடாது என்ற விதி இருந்ததால், ஃபேனி நீளம் தாண்டுதல், உயரம் தாண்டுதலில் பங்கேற்க இயலவில்லை. இல்லையேல் நான்கு ஆறாக மாறியிருக்கலாம்.

'பறக்கும் குடும்பத்தலைவி' (The Flying Housewife) என்ற செல்லப் பெயர் ஃபேனிக்கு ஒட்டிக் கொண்டது. அதற்குப் பிறகும் சர்வதேசப் போட்டிகளில் பல உலக சாதனைகளை நிகழ்த்திய ஃபேனிக்கு, 'இருபதாம் நூற்றாண்டின் தலைசிறந்த தடகள வீராங்கனை' என்ற சிறப்பை சர்வதேச தடகள சம்மேளனம் வழங்கியது.

ஐம்பத்து மூன்று வயது பெண் ஒருத்திக்கு, கண்களுக்கருகே கையில் ஊசியைப் பிடித்தபடி, அதில் சரியாக நூலைக் கோர்ப்பது கூடச் சவாலான விஷயம்தான். ஆனால், குயினி நேவால், தனது ஐம்பத்து மூன்றாவது வயதில் கையில் வில் அம்புடன் இலக்கை நோக்கிக் குறிபார்த்துக் கொண்டிருந்தார்.

குயினி, இங்கிலாந்தில் பிறந்தவரே. இலக்கின்றி சென்று கொண்டிருந்த வாழ்க்கையில் தன் 50வது வயதில்தான்

இலக்கைக் கண்டுகொண்டார். ஆம், அப்போதுதான் தன் சகோதரியுடன் வில் வித்தைப் பயிற்சியில் சேர்ந்தார். 1908 லண்டன் ஒலிம்பிக்ஸில் பெண்கள் வில்வித்தைப் போட்டியில் கலந்து கொண்டார். உடன் கலந்துகொண்ட அனைத்து வீராங்கனைகளும் இங்கிலாந்தைச் சேர்ந்தவர்களே. சிறிய வயதுப் பெண்கள் சிலர் மீதுதான் பார்வையாளர்களின் கவனம் குவிந்திருந்தது. அவர்களே ஜெயிப்பார்கள் என்று ஆர்வத்துடன் காத்திருந்தனர். ஆனால், 53 வருடம், 275 நாள்கள் வயது கொண்ட குயினி, தங்கம் வென்றார்.

குயினி

ஒலிம்பிக்ஸ் வரலாற்றில் தங்கப்பதக்கம் வென்ற அதிக வயதுள்ள பெண்மணி என்ற சாதனை இன்றுவரை குயினி வசமே இருக்கிறது.

கர்ணம் மல்லேஸ்வரி, 2000 சிட்னி ஒலிம்பிக் களத்தில் வந்து நின்றபோது அவர் முன் கிடந்தது வெறும் 100+ கிலோ எடை அல்ல. நவீன ஒலிம்பிக்ஸின் 104 ஆண்டு கால வரலாற்றில் இதுவரை எந்த இந்தியப் பெண்ணும் பதக்கம் வாங்கியதில்லை என்ற சோகமும். ‘இந்தியா பதக்கம் வாங்குவதே பெரியது. அதிலும் இந்தியப் பெண்கள் எல்லாம் ஒருபோதும் போடியம் ஏறப்போவதே இல்லை’ என்பது பொதுவான விமரிசனமாக இருந்தது.

1984 லாஸ் ஏஞ்சல்ஸ் ஒலிம்பிக் தடகளத்தில், 400 மீ தடை ஓட்டத்தின் இறுதிப்போட்டியில், பி.டி. உஷா, 1/100 நொடி வித்தியாசத்தில் வெண்கலப் பதக்கத்தைத் தவறவிட்டபோது புலம்பாத இந்தியர்களே இல்லை. 2000 சிட்னி ஒலிம்பிக்ஸில்

கர்ணம் மல்லேஸ்வரி

தான் பெண்களுக்கான பளுதூக்கும் போட்டி முதல்முறையாக அனுமதிக்கப்பட்டது. அந்த செப்டெம்பர் 19 அன்று நடந்த போட்டியில், ஸ்நாட்ச் என்ற முறையில் 110 கிலோவும், க்ளீன் - ஜெர்க் முறையில் 130 கிலோவும் வெற்றிகரமாகத் தூக்கிய மல்லேஸ்வரி, வெண்கலப்பதக்கம் வென்றார். இந்தியப் பெண் ஒருத்தி ஒலிம்பிக்ஸில் பதக்கம் வென்றது அதுவே முதல்முறை.

தங்கம், வெள்ளி வென்ற சீன, ஹங்கேரி வீராங்கனைகள் மொத்தமாகத் தூக்கியது 242.5 கிலோ. ஆனால், மல்லேஸ்வரி மொத்தமாகச் சுமந்து தூக்கியது வெறும் 240 கிலோ மட்டுமல்ல. ஒலிம்பிக்ஸில் ஒட்டுமொத்த இந்தியர்களின் ஒரு நூற்றாண்டு கால ஏக்கத்தையும் எதிர்பார்ப்பையும் தவிப்பையும் கனவையும் சேர்த்துதான்.

ஃபேனியின் நான்கு தங்கத் தருணங்கள் வீடியோவைக் காண :
https://www.youtube.com/watch?v=Aezipxdr_9E

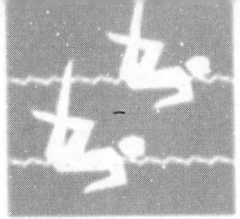

13

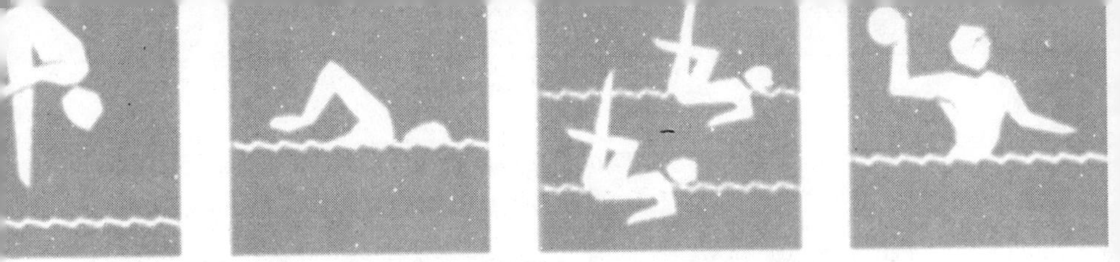

மூன்று பேர் மூன்று கனவு

சுரிநாம் - தென் அமெரிக்கக் கண்டத்தின் மிகச் சிறிய நாடு. அந்த நாட்டிலிருந்து முதன்முதலாக ஒரு வீரர், 1960 ரோம் ஒலிம்பிக்ஸில் கலந்துகொள்ள தகுதி பெற்றார். அவர், விம் எஸாஜஸ். நல்ல ஓட்டப்பந்தய வீரர். பல்வேறு பிரிவு ஓட்டங்களில் தேசிய சாம்பியன். 1956ல் சுரிநாமின் சிறந்த விளையாட்டு வீரராகத் தேர்ந்தெடுக்கப்பட்டார்.

1960ல் ரோமுக்குச் சென்ற விம், 800 மீ ஓட்டப் பந்தயத்தில் பங்கேற்கவிருந்தார். ஆகஸ்ட் 31 அன்று போட்டி. அவர் மைதானத்துக்குச் சென்றபோது பேரதிர்ச்சி காத்திருந்தது. அதற்கான தகுதிச் சுற்று போட்டி முடிவடைந்திருந்தது. சுரிநாமின் அணி மேலாளர், விம்மிடம் போட்டி நேரத்தைத் தவறுதலாகச் சொல்லிவிட்டார். ஆகவே விம் அந்த நேரத்தில் தூங்கிக் கொண்டிருந்தார். ஒலிம்பிக்ஸில் அடியெடுத்து வைக்கும் முதல் சுரிநாமியன் என்ற கௌரவத்தை, தன் பதக்கக் கனவுகளை எல்லாம் அந்தத் தூக்கம் பறித்தது. அடுத்தவர் செய்த தவறால் ஒலிம்பிக்ஸ் வாய்ப்பை

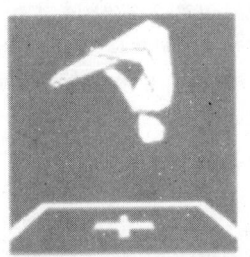

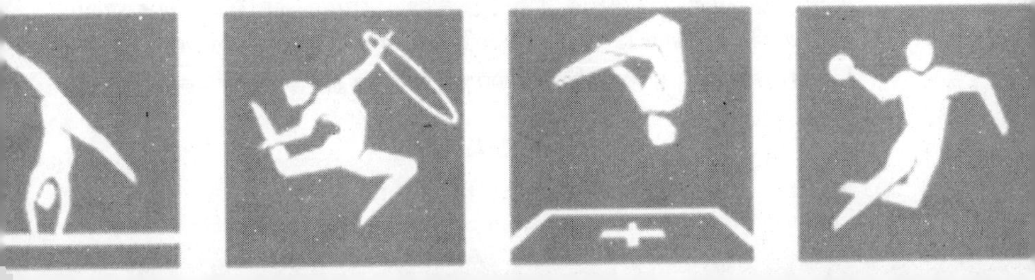

விம் எஸாஜஸ்

இழந்த விம், மீண்டும் ஒலிம்பிக்ஸில் கலந்து கொள்ளவே இல்லை.

2005ல், சுரிநாம் ஒலிம்பிக் கமிட்டி, ஒலிம்பிக்ஸில் கலந்து கொண்ட முதல் சுர்நாமியர் என்ற பெருமையை விம்முக்கு அதிகாரபூர்வமாக வழங்கி கௌரவித்தது. அதற்கு அடுத்த இரு வாரங்களில் விம் இறந்துபோனார்.

தாமஸ் ஹேமில்டன் பிரௌன் - தென் ஆப்பிரிக்காவின் குத்துச்சண்டை வீரர். இருபதாவது வயதில் தென் ஆப்பிரிக்க ஒலிம்பிக் அணியில் இடம்பிடித்தார். குத்துச்சண்டையில் லைட்வெயிட் (எடை 135 பவுண்டுக்குள் இருக்க வேண்டும்) பிரிவில் மோதுவதாக இருந்தார். அதற்காக 1936 பெர்லின் நகரத்துக்கு வந்து சேர்ந்தார். பயிற்சிகளில் உத்வேகத்துடன் ஈடுபட்டார் தாமஸ்.

முதல் சுற்றுப் போட்டியில் சிலியின் கார்லோஸ் லில்லோ என்ற வீரருடன் தாமஸ் மோதினார். கடுமையான போட்டி. இருவரின் கைகளுமே ஓங்கித்தான் இருந்தன. ஆனாலும் தாமஸின் குத்துகள் வலிமையானதாக இருந்தன.

போட்டியின் முடிவு அறிவிக்கப்பட்டது. கார்லோஸ் லில்லோ வெற்றியாளராக அறிவிக்கப்பட்டார். தாமஸுக்குப் பெருத்த ஏமாற்றம். கோபம் தகித்தது. ஓர் உணவகத்துக்குச் சென்றார். ஆத்திரம் தீரும் வரை கண்டதையும் ஆர்டர் செய்து சாப்பிட்டார். வந்து தூங்கி விட்டார்.

ஒரு சில நாள்களில் தாமஸைத் தேடி ஒரு செய்தி வந்தது. சந்தோஷமான செய்திதான். கார்லோஸுடனான போட்டியில் நடுவர் ஒருவர் புள்ளிகளைத் தவறாகக் கணக்கிட்டு விட்டார். உண்மையில் தாமஸின் புள்ளிகளே அதிகம். அவரே வெற்றியாளர்.

மீண்டும் லைட்வெயிட் சுற்றில் நுழைவதற்கு தாமஸுக்குக் கதவு திறந்தது. துள்ளிக் குதித்து வந்து நின்ற தாமஸை போட்டிக்கான அதிகாரிகள், எடை மெஷின் மேல் ஏறச் சொன்னார்கள். அது 135 பவுண்டை எல்லாம் தாண்டிக் குதித்தது. அன்று கோபத்தில்

தாமஸ் ஹேமில்டன் பிரௌன்

உண்ட உணவு, தாமஸின் ஒலிம்பிக்ஸ் கனவைக் கலைத்துப் போட்டிருந்தது.

1890ல் ரொடீஸியா நாட்டுக்கு (இன்றைய ஜிம்பாப்வே) ஆங்கிலேயர்கள் தங்கம் தோண்ட வந்தனர். இருக்க இடம் கேட்டு வந்தவன் படுக்கப் பாய் கேட்டால்கூட பரவாயில்லை. இடம் கொடுத்த வீட்டுக்காரனை அடித்துத் துவைத்து, வீட்டையே தன் வசமாக்கிக் கொண்டான். அந்த வீட்டுக்காரனையே தன் வேலைக்கார அடிமையாகவும் நடத்த ஆரம்பித்தான். எதிர்த்தவர்கள் ஈவு இரக்கமின்றி கொல்லப்பட்டார்கள். இதுதான் ரொடீஸியாவின் சுருக்கமான அரசியல்.

இந்த ரொடீஸியாவில் பிறந்த வெள்ளை இனத்தவர், ப்ரூஸ் கென்னடி. அவரது தந்தை தடகளப் பயிற்சியாளர். தனது மகனைத் தடகள வீரராகவே வளர்த்தார். ப்ரூஸுக்கு ஈட்டி

எறிவதில் ஆர்வம் இருந்தது. அதில் கவனம் குவித்து தேசிய அளவில் முன்னேறினார்.

1972 முனிச் நகர ஒலிம்பிக் போட்டிகளுக்காக, ரொடீஸியாவின் சார்பில் ஈட்டி எறியும் வீரராக ப்ரூஸ் கென்னடி தேர்ந்தெடுக்கப் பட்டார். ஒலிம்பிக்ஸ் ஆரம்பமாவதற்கு இரு வாரங்கள் முன்பாகவே முனிச் சென்று பயிற்சியில் ஈடுபட்டிருந்தார். அப்போது ரொடீஸியாவில் ஆளும் (மைனாரிட்டி) பிரிட்டிஷ் அரசுக்கு எதிரான பூர்வகுடி மக்களின் கலகங்கள் உச்சம் பெற்றிருந்தன. 'கறுப்பர்கள் இன்னும் தேசத்தை ஆளும் அளவுக்குத் தகுதியை வளர்த்துக் கொள்ளவில்லை' என நிறவெறி கொண்ட வெள்ளை ரொடீஸிய ஜனாதிபதி ஆட்சியை விட்டுக் கொடுக்க அடம்பிடித்தார்.

அந்தச் சூழலில் நிறவெறி கொண்ட ரொடீஸியா, முனிச் ஒலிம்பிக்ஸில் பங்கேற்றால், நாங்கள் யாரும் பங்கேற்க

ப்ரூஸ் கென்னடி

மாட்டோம் என பிற ஆப்பிரிக்க நாடுகள் குரலை உயர்த்தின. வேறு வழியின்றி சர்வதேச ஒலிம்பிக் கமிட்டி ரொடீஸிய அணியை நாடு திரும்பும்படி அறிவுறுத்தியது. ப்ரூஸின் ஒலிம்பிக் கனவுக் குமிழ்கள் பட் பட்டென காணாமல் போயின.

சரி, அடுத்த ஒலிம்பிக் போட்டிகளுக்குள் ரொடீஸியப் பிரச்னைகள் எல்லாம் தீர்ந்துவிடும். அதில் நாம் நிச்சயம் பங்குபெறுவோம். இப்படியாக மனத்தைத் தேற்றிக் கொண்டு பிற தேசிய, சர்வதேச போட்டிகளில் ஈட்டி எறிந்து கொண்டிருந்தார் ப்ரூஸ்.

> 'நான் முதலில் அமெரிக்கன். பிறகே விளையாட்டு வீரன். அரசின் முடிவை மதிக்கிறேன். என்ன, நான் ஒலிம்பிக்ஸில் கலந்து கொள்ளாமலே மூன்று முறை தோற்றுப் போய்விட்டேன்.'

இதற்கிடையில் ப்ரூஸ் அமெரிக்கா சென்றார். அங்கே பார்பரா என்ற பெண்ணைச் சந்தித்தார். திருமணம் செய்து கொண்டார். 1976ல் கனடாவின் மான்ட்ரியல் நகரத்தில் நடைபெற இருந்த ஒலிம்பிக் போட்டிகளுக்காக ப்ரூஸ் தயாராகிக் கொண்டிருந்தார். ரொடீஸிய அணிக்காக தேர்வும் செய்யப்பட்டார். ஆனால், ரொடீஸிய அரசியல் பிரச்னைகள் ஓயவில்லை. மீண்டும் பிற ஆப்பிரிக்க அணிகள் எதிர்ப்புக் கொடி பிடிக்க, சர்வதேச ஒலிம்பிக் சங்கம், 'மான்ட்ரியல் பக்கம்கூட வர வேண்டாம்' என்று ரொடீஸியாவை ஒலிம்பிக்ஸை விட்டுத் தள்ளி வைத்தது.

ப்ரூஸ், நொந்து போனார். இனியும் ரொடீஸியக் குடிமகனாக எதையும் சாதிக்க இயலாது என்று நினைத்தார். அமெரிக்கக் குடியுரிமை பெற்றார். அங்கே ஈட்டி எறிதலில் தேசிய சாம்பியன் பட்டமும் பெற்றார். 1980 ஒலிம்பிக் போட்டிகள் நெருங்கிக் கொண்டிருந்தன. பெரும் கனவுகளுடன் தீவிரப் பயிற்சியில் ஈடுபட்டிருந்த ப்ரூஸ், அன்றைக்கு உலகின் டாப் 10 ஈட்டி எறியும் வீரர்களில் ஒருவராகவும் மிளிர்ந்தார். களத்தில் அமெரிக்காவுக்காக ஒரு பதக்கம் தன்னால் வாங்க முடியும் என்ற கனவு அவருக்குள் கனன்றது.

1980 ஒலிம்பிக்ஸ் மாஸ்கோவில் நடைபெற இருந்தது. 1979ல் சோவியத், ஆப்கனிஸ்தான் மீது போர் தொடுத்திருந்தது. இன்னும் ஒரு மாதத்தில் சோவியத் படைகள் ஆப்கனிஸ்தானிலிருந்து விலக்கிக் கொள்ளப்படாவிட்டால், மாஸ்கோ ஒலிம்பிக்ஸை அமெரிக்கா புறக்கணிக்கும் என்று அதிபர் ஜிம்மி கார்ட்டெர் அறிவித்தார். அதுபோலவே அமெரிக்கா, மாஸ்கோ ஒலிம்பிக்ஸில் கலந்து கொள்ளவில்லை.

நேராக நிற்க வைத்து நெஞ்சில் யாரோ ஈட்டியைப் பாய்ச்சியது போலிருந்தது, கஷ்டப்பட்டு ப்ரூஸ் தன்னைத் தேற்றிக் கொண்டார். அத்துடன் தனது ஒலிம்பிக் கனவுகளை முடித்துக் கொண்ட ப்ரூஸ், புன்னகையுடன் வார்த்தைகளை வெளியிட்டார்.

'நான் முதலில் அமெரிக்கன். பிறகே விளையாட்டு வீரன். அரசின் முடிவை மதிக்கிறேன். என்ன, நான் ஒலிம்பிக்ஸில் கலந்து கொள்ளாமலே மூன்று முறை தோற்றுப் போய் விட்டேன்.'

1979ல் ரொடீஸியாவின் அரசியல் பிரச்னைகள் முடிவுக்கு வந்தன. ரொடீஸியா, ஜிம்பாப்வே ஆனது. 1980ல் அங்கே முதல் கறுப்பின அதிபர் தேர்ந்தெடுக்கப்பட்டார். மாஸ்கோ ஒலிம்பிக்ஸில் ஜிம்பாப்வே அணி கலந்து கொண்டது.

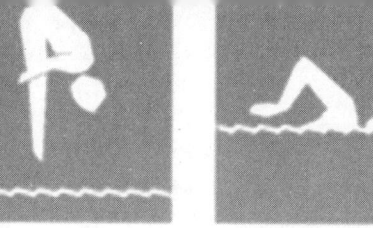

14

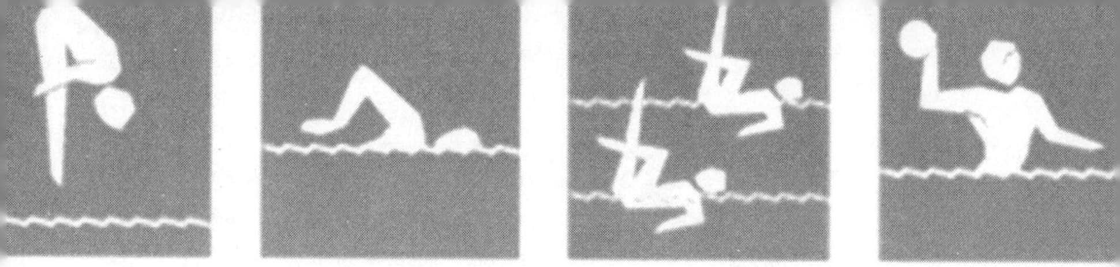

அந்த 300 உயிர்களுக்கு அஞ்சலி

பளு தூக்குவதற்காக அந்த வீரர்கள் அங்கே வந்து நின்றார்கள். போட்டிக்கான விதிகளை நடுவர் அறிவித்தார். ‘ஒவ்வொருவராக பளு தூக்க வேண்டும். ஒருமுறை வெற்றிகரமாக பளு தூக்கியவர் மற்ற வீரர்கள் பளு தூக்கியபின் மீண்டும் வந்து எடை அதிகரிக்கப்பட்ட பளுவைத் தூக்க முயற்சி செய்ய வேண்டும். இறுதியில் யார் அதிக எடையுள்ள பளுவைத் தூக்குகிறார்களோ அவரே வெற்றியாளர்.’

‘அதான் எங்களுக்கே தெரியுமே’ என்று முதலில் ஒருவர் பளுவைத் தூக்கக் களமிறங்கினார். இரு கைகளால் அல்ல. ஒரு கையால். ஆம், 1896ல் ஆரம்பிக்கப்பட்ட உலகின் முதல் நவீன ஒலிம்பிக் போட்டியில் ஒற்றைக் கையால் பளுதூக்கும் போட்டியும் இருந்தது. அதிலும் நான்கு பேர் ஆர்வமாக கலந்து கொண்டனர். இங்கிலாந்தைச் சேர்ந்த லான்செஸ்டன் எலியாட் என்ற வீரர், 75 கிலோ வரை ஒரே கையால் தூக்கி முதலிடம் பிடித்தார்.

அதற்குப் பிறகு ஒரு சில ஒலிம்பிக் போட்டிகளில் ஒரு கை பளு தூக்கும் போட்டி இடம்பெற்றிருந்தது.

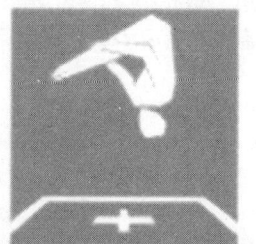

ஒற்றைக் கையால்
பளுதூக்கும் போட்டி

1928 முதல் அது ஒலிம்பிக்ஸிலிருந்து நீக்கப்பட்டது. ஒரு கை பளுதூக்கும் போட்டி இருந்ததுபோல, 1912 ஸ்டாக்ஹோம் ஒலிம்பிக்ஸில் இரண்டு கைகளால் ஈட்டி எறியும் போட்டி, இரண்டு கைகளால் வட்டு எறியும் போட்டி, இரண்டு கைகளால் குண்டு எறியும் போட்டி போன்றவை இடம்பெற்றிருந்தன. அனைத்துமே ஆண்களுக்கானவை.

இந்தப் போட்டிகளில் ஈட்டியையோ, வட்டையோ, குண்டையோ இரண்டு கைகளாலும் பிடித்து வீசி எறிய வேண்டும் என்று தவறாகப் புரிந்து கொள்ளக்கூடாது. ஈட்டி எறியும் போட்டியை எடுத்துக் கொள்வோம். முதலில் ஒரு வீரர் ஈட்டியை வலது கையில் ஏந்தி வந்து எறிய வேண்டும். அடுத்து இடது கையில் ஏந்தி வந்து எறிய வேண்டும். ஒவ்வொரு கைக்கும் மூன்று வாய்ப்புகள் உண்டு. அதில் ஒவ்வொரு கையாலும் எறிந்த அதிகபட்சத் தொலைவை எடுத்துக் கொள்வார்கள். அந்த இரண்டு அதிகபட்சத் தொலைவுகளின் சராசரிப்படி எந்த வீரர் அதிகத் தொலைவு எறிந்திருக்கிறாரோ அவரே வெற்றியாளர். குண்டுக்கும் வட்டுக்கும் இதே விதிகளே.

1912ல் இரண்டு கைகளால் ஈட்டி எறியும் போட்டி தகுதிச் சுற்றில் மொத்தம் நான்கு தேசங்களைச் சேர்ந்த 12 போட்டியாளர்கள் கலந்து கொண்டனர். அதன் முடிவுகளின்படி ஜூலியஸ், வைனோ, உர்ஹோ என்ற மூன்று வீரர்கள் முதல் மூன்று இடங்களைப் பிடித்து இறுதிச்சுற்றுக்குத் தகுதி பெற்றனர். மூவருமே பின்லாந்தைச் சேர்ந்தவர்கள்.

ஆகவே, இனியும் எதற்கு அநாவசியமாக மாய்ந்து மாய்ந்து ஈட்டி எறிய வேண்டும். அதுவும் இரண்டு கைகளால். சோம்பேறித்தனம் சூழ, இறுதிச்சுற்றெல்லாம் வேண்டாம் என்று முடிவெடுத்தனர். நடுவர்களும் அதற்கு ஒப்புக் கொண்டு, ஏற்கெனவே அவர்கள் எடுத்த புள்ளிகளின்படியே மூவருக்கும் தங்கம் - வெள்ளி - வெண்கலப் பதக்கங்களை வழங்கினர்.

ரே எவ்ரி. 1873ல் அமெரிக்காவில் பிறந்தவர். சிறுவயதில் போலியோ அவரைத் தாக்கியது. வீல் சேரில்தான் வாழ்க்கை சில காலம் உருண்டோடியது. இப்படியே தன் வாழ்க்கை கழிந்துவிடுமோ என்ற பயம் சூழ்ந்த பொழுதில், அனைத்தையும் உடைத்து நம்பிக்கையுடன் எழுந்து நின்றார். மருத்துவத்தாலும் உடற்பயிற்சிகளாலும் மீண்டு வந்தார். விளையாட்டுகளில் அதிகக் கவனம் செலுத்த ஆரம்பித்தார். குறிப்பாகத் தடகளத்தில்.

நீளம் தாண்டுதல், உயரம் தாண்டுதல், மும்முறை தாண்டுதல் - இவற்றை எல்லாம் வீரர்கள் ஓடிவந்து தாண்டுவதைப் பார்த்திருப்போம். ஆனால், ஆரம்ப கால ஒலிம்பிக் போட்டிகளில் ஓடி வராமல் நின்ற இடத்திலிருந்தே நீளம் தாண்டுவது - உயரம் தாண்டுவது - மும்முறை தாண்டுவது போன்ற விநோதப் போட்டிகள் வழக்கத்தில் இருந்தன.

ரே எவ்ரி

1900, 1904, 1908 ஒலிம்பிக்ஸுகளில் ரே எவ்ரி, இந்த நின்று கொண்டே நீளம், உயரம், மும்முறை தாண்டும் போட்டிகளில் 'நானே ராஜா' என்று நிரூபித்துக் காட்டினார். மூன்று ஒலிம்பிக்ஸுகளிலும் சேர்த்து எட்டு தங்கப் பதக்கங்கள் வாங்கி சாதனை படைத்தார் ரே. ஒலிம்பிக்ஸில் தனி நபர் போட்டிகளில் ஒருவர் 8 தங்கங்கள் வாங்கியது அசுர சாதனை. (அது 100 ஆண்டுகளுக்குப் பிறகே, 2008ல் நீச்சல் வீரர் மைக்கேல் பெல்ப்ஸால் முறியடிக்கப்பட்டது.)

மனிதர்களுக்கு நீளம் தாண்டுதல், உயரம் தாண்டுதல் போட்டி என்பது வழக்கமானது. ஆனால், 1900 பாரிஸ்

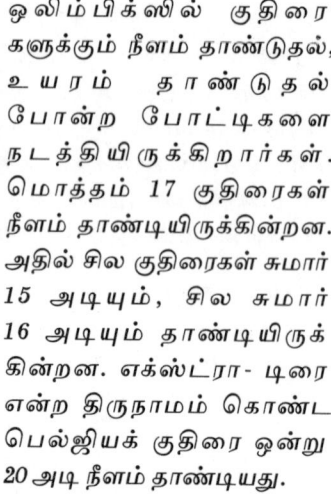

கேன்லா என்ற பிரெஞ்சுக் குதிரையும், ஒரெஸ்டே என்ற இத்தாலியக் குதிரையும் ஒரேபோல 1.85 மீ உயரம் தாண்டின. விவரம் தெரியாத அந்தக் குதிரைகள், என் தங்கம்தான் எனக்கு மட்டும்தான் என மோதிக் கொள்ளவில்லை.

ஒலிம்பிக்ஸில் குதிரைகளுக்கும் நீளம் தாண்டுதல், உயரம் தாண்டுதல் போன்ற போட்டிகளை நடத்தியிருக்கிறார்கள். மொத்தம் 17 குதிரைகள் நீளம் தாண்டியிருக்கின்றன. அதில் சில குதிரைகள் சுமார் 15 அடியும், சில சுமார் 16 அடியும் தாண்டியிருக்கின்றன. எக்ஸ்ட்ரா-டிரை என்ற திருநாமம் கொண்ட பெல்ஜியக் குதிரை ஒன்று 20 அடி நீளம் தாண்டியது.

'ஆனா, இந்தக் குதிரை தாண்டுனது ஒண்ணும் அவ்வளவு அழகா இல்லையே?' என்று சில நடுவர்கள் தாடையைச் சொறிந்திருக்கிறார்கள். 'நேத்து மழை பெஞ்சதுல மைதான மெல்லாம் சகதி. அதுல இவ்வளவு தூரம் தாண்டுனதே பெரிய சங்கதி' என்று மற்றவர்கள் வாதம் செய்ய, எக்ஸ்ட்ரா-டிரை குதிரைக்கு முதல் பரிசு வழங்கப்பட்டது. உயரம் தாண்டும் குதிரைப் போட்டியில், கேன்லா என்ற பிரெஞ்சுக் குதிரையும், ஒரெஸ்டே என்ற இத்தாலியக் குதிரையும் ஒரேபோல 1.85 மீ உயரம் தாண்டின. விவரம் தெரியாத அந்தக் குதிரைகள், என்தங்கம் தான் எனக்கு மட்டும்தான் என மோதிக் கொள்ளவில்லை. இரு

குதிரைகளுக்கும் நீளம் தாண்டுதல்

குதிரைக்காரர்களும் கைகுலுக்கி முதல் பரிசைப் பகிர்ந்து கொண்டார்கள்.

இந்த விநோதமான குதிரை விளையாட்டுகளில் இன்று வரை தொடர்ந்து கொண்டிருப்பது டிரெஸ்ஸேஜ். குதிரையின் நடனம் என்று சொல்லலாம். ஐரோப்பிய ராஜாக்கள், ராணிகள் குதிரை மேல் அமர்ந்திருப்பார்கள். குதிரை அவர்களது கட்டளைக்கேற்ப கால்களால் துள்ளியும், உடலை அசைத்தும் நடனமாடுவதுதான் டிரெஸ்ஸேஜ். 1912ல் ஒலிம்பிக்ஸில் அறிமுகமான இந்த குதிரை நடனம் இன்றும் தொடர்கிறது. ஒலிம்பிக் போட்டிகளிலேயே பார்ப்பதற்கு அழகான போட்டி இதுவே. ஆனால், இது பெரும் பணக்காரர்களுக்கான விளையாட்டு. டிரெஸ்ஸேஜுக்கான குதிரையைத் தேர்ந்தெடுத்து வாங்குவது, அதற்குப் பயிற்சியளிப்பது, பராமரிப்பது என்று ஒவ்வொன்றும் பெரும் செலவு கொண்டவை. இந்த டிரெஸ்ஸேஜில் தனி நபர், குழு என இரு பிரிவுகள் உள்ளன. இதுவரையிலான ஒலிம்பிக்ஸுகளில் டிரெஸ்ஸேஜில் அதிகப் பதக்கங்கள் வாங்கி முதலிடத்தில் இருக்கும் நாடு ஜெர்மனி. ஸ்வீடன், பிரான்ஸ் போன்றவை அடுத்தடுத்த இடங்களில் உள்ளன.

★

1904 அமெரிக்க ஒலிம்பிக்ஸில் ஒரு விநோத நீச்சல் போட்டியும் சேர்க்கப்பட்டிருந்தது. உயரத்திலிருந்து நீருக்குள் குதிக்க வேண்டும். கை, கால்களை எல்லாம் அசைக்காமல் நீரின் ஆழத்தை நோக்கிச் செல்ல வேண்டும். 60 நொடிகள் வரை தாக்குப்பிடிக்கவேண்டும். அப்படியாக நீரில் கடந்த தொலைவு கணக்கிடப்படும். அதில் அதிகத் தொலைவு கடந்தவரே வெற்றியாளர். Plunge for Distance என்றழைக்கப்பட்ட இந்தப் போட்டியில் வில்லியம் டிக்கே என்ற அமெரிக்க வீரர் 19.05 மீ தூரம் நீருக்கடியில் கடந்து தங்கம் வென்றார்.

112 ஆண்டுகள் ஆகிவிட்டன. இன்றுவரை வில்லியம் டிக்கேவின் சாதனையை எந்தக் கொம்பனாலும் முறியடிக்க முடியவில்லை. காரணம் 1904 ஒலிம்பிக்ஸில் மட்டுமே இந்த முங்கு நீச்சல் போட்டி இடம்பெற்றிருந்தது. பிறகு இந்த நான்-சென்ஸ் போட்டியை யாரும் ஒலிம்பிக்ஸில் சேர்த்துக் கொள்ளவில்லை.

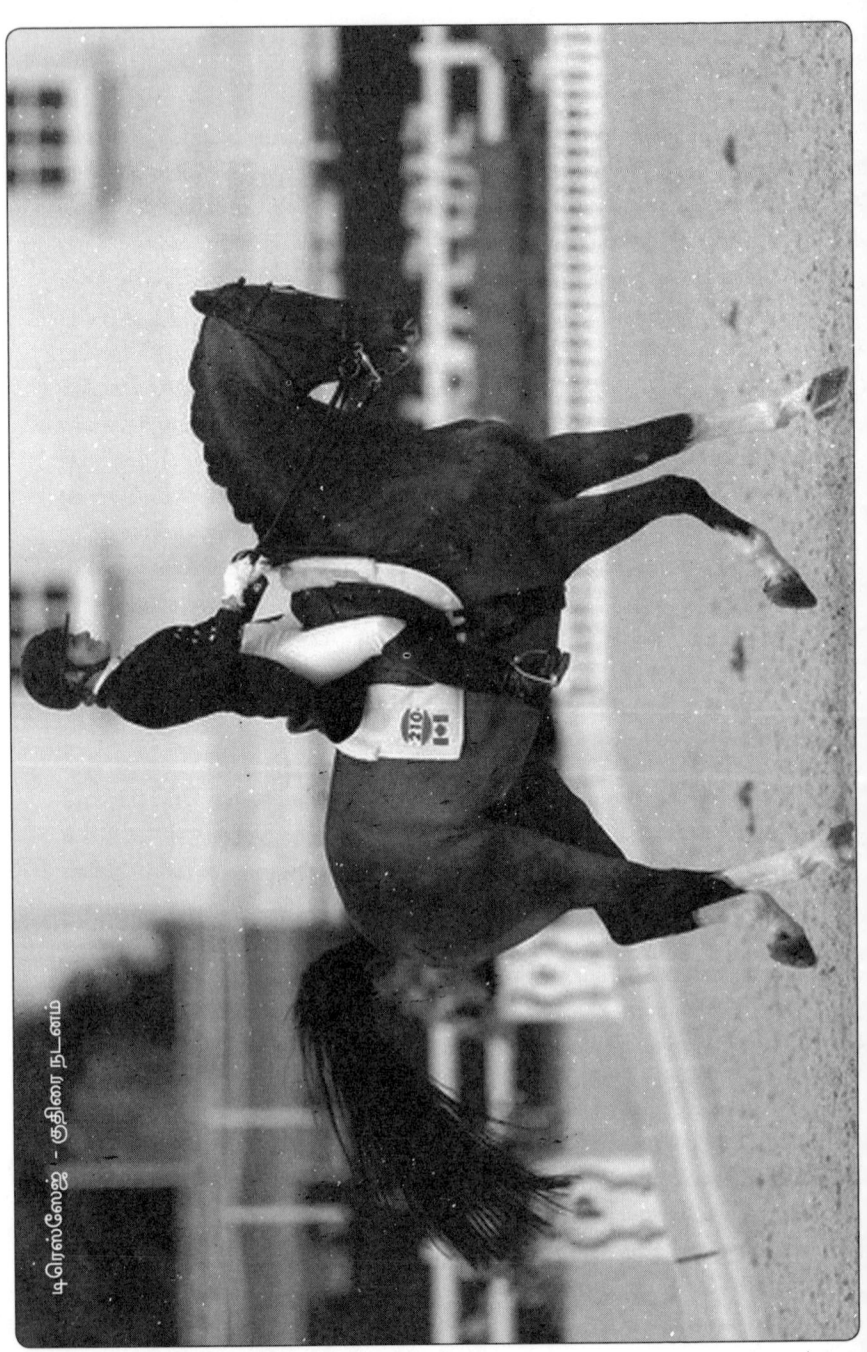

டிரெஸ்ஸேஜ் - குதிரை நடனம்

லியான் டி லுண்டன் என்ற பெல்ஜிய வேட்டைக்காரர், துப்பாக்கியுடன் 1900 ஒலிம்பிக் போட்டிகளுக்காக பாரிஸ் நோக்கி உற்சாகமாகக் கிளம்பினார். துப்பாக்கிச் சுடும் போட்டிக்காகத் தான். அங்கே களமிறங்கிய லியான், டொப்பு டொப்பு என்று சரமாரியாகச் சுட ஆரம்பித்தார். மைதானமெங்கும் ரத்தம் தெறித்தது.

போட்டி அமைப்பாளர்கள் ஜீவ காருண்யம் என்ற வார்த்தையை எல்லாம் அறியாதவர்கள்போல. துப்பாக்கியால் சுடுவதற்கு அவர்கள் இலக்காக நிர்ணயித்த விஷயம் - உயிருள்ள புறாக்கள்.

சுமார் 300 புறாக்கள் அன்று கொல்லப்பட்டன. 21 புறாக்களைக் கொன்ற லியான் முதலிடம் பிடித்தார். அவருக்குப் பரிசுத் தொகையாக 5000 பிராங்குகள் வழங்கப்பட்டன.

ஒலிம்பிக்ஸ் வரலாற்றில் அதிக உயிர்கள் பலியான போட்டி இதுமட்டுமே. பிறகு துப்பாக்கிச் சுடுவதற்கு அஃறிணைப் பொருள்களை இலக்காக நிர்ணயிக்கும் வழக்கம் கொண்டு வரப்பட்டது.

15

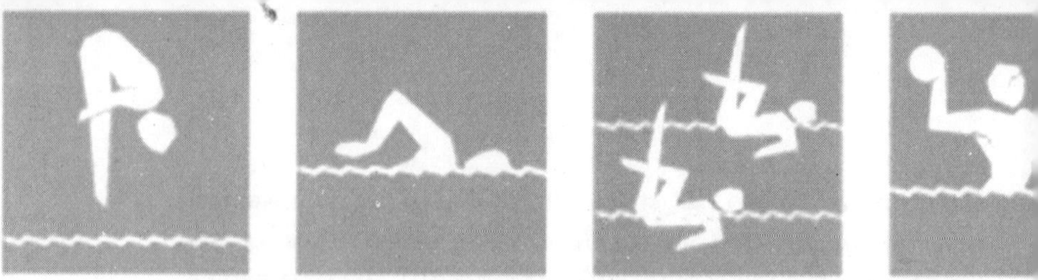

ஒலிம்பிக்ஸின் நம்பிக்கை மனிதர்கள்

மாற்றுத் திறனாளிகளுக்காகக் கோடைகால பாராலிம்பிக்ஸ் போட்டிகள் 1960 முதல் நடத்தப் பட்டு வருகின்றன. மாற்றுத் திறனாளிகளுக்கான குளிர்கால பாராலிம்பிக்ஸ் போட்டிகள் 1976 முதல் நடத்தப்பட்டு வருகின்றன. பாராலிம்பிக்ஸ் போட்டிகள் இன்றி, ஒலிம்பிக்ஸிலேயே மாற்றுத் திறனாளிகள் கலந்து கொண்டு சாதிப்பதும் தொடர்ந்து நடந்து வருகிறது. அப்படி உயரம் தொட்ட ஒரு சிலர் பற்றி இங்கே.

ஹங்கேரியைச் சேர்ந்த கரோலி தகாக்ஸுக்கு சிறுவயது முதலே ராணுவத்தில் சேர வேண்டும் என்பது விருப்பம். தவிர, துப்பாக்கி மீதும் பிரியம் உண்டு. வைத்த குறி தப்பாமல் சுடுவதில் வல்லவனாக இருக்க வேண்டும் என்பது அவரது ஆசை. தன் விருப்பப்படியே ராணுவத்தில் சேர்ந்தார். தவிர, தேசிய அளவில் திறமையான துப்பாக்கி சுடும் வீரராகவும் திகழ்ந்தார்.

1936 பெர்லின் ஒலிம்பிக்ஸ் அறிவிக்கப்பட்டது. தனக்கு ஹங்கேரியின் துப்பாக்கி சுடும் அணியில்

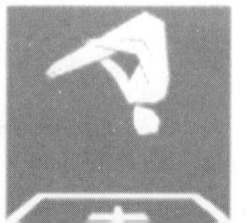

இடம் கிடைக்கும் என்று நம்பிக்கை யுடன் காத்திருந்தார் கரோலி. பட்டியலில் அவர் பெயர் இல்லை. காரணம் கேட்டபோது, 'சாதாரண ராணுவ வீரரை எல்லாம் ஒலிம்பிக் அணிக்குத் தேர்ந்தெடுக்க மாட்டோம். அதற்கு உயர்நிலை அதிகாரியாக இருக்க வேண்டும்' என்று பதில் சொன்னார்கள்.

கரோலி தகாக்ஸ்

கரோலி மனம் உடைந்து போனார். அடுத்த ஒலிம்பிக்ஸில் பார்த்துக் கொள்ளலாம் என்று தேற்றிக் கொண்டார். 1938ல் கையெறி குண்டு ஒன்றைக் கையாளும்போது கவனக்குறைவால் அது வெடித்தது. கரோலியின் வலது கை சிதைந்து போனது. இனி, துப்பாக்கி சுடும் ஆசையெல்லாம் காலியா?

கரோலி முடங்கி உட்காரவில்லை. இடது கையால் சுட்டாலும் துப்பாக்கி வெடிக்குமே. கரோலி, தன் இடது கையால் துப்பாக்கிப் பயிற்சியை மேற்கொள்ள ஆரம்பித்தார். 1940, 1944 ஒலிம்பிக் போட்டிகளை இரண்டாம் உலகப் போர் விழுங்கியது. தன் கனவு நிச்சயம் ஒருநாள் நிறைவேறும் என்று பொறுமையாகக் காத்திருந்தார் கரோலி.

துப்பாக்கிச் சுடுதலில் தொடர்ந்து ஹங்கேரியின் தேசிய சாம்பியன்பட்டத்தை வென்று கொண்டிருந்த கரோலிக்கு, 1948 லண்டன் ஒலிம்பிக்ஸில் கலந்து கொள்ளும் கனவு பலித்தது. 25 மீ ராபிட் ஃபயர் பிஸ்டல் பிரிவு. அனைவரது கண்களும் அப்போதைய உலக சாம்பியனான அர்ஜெண்டினாவின்

அம்பெய்யும் இம் டாங், பார்வைக் குறைபாடு கொண்டவர் என்று தெரிய வந்தபோது ரசிகர்கள் ஆச்சரியத்தில் உறைந்து போனார்கள்.

கார்லோஸ் டயாஸ் மீதே பதிந்திருந்தது. இடது கையால் தோட்டாக்களை இலக்குகளை நோக்கி இம்மி பிசமாகல் செலுத்திய கரோலி, 580 புள்ளிகள் பெற்றார். முதலிடம். தங்கப் பதக்கம். கூடவே உலக சாதனையும். கார்லோஸ் 571 புள்ளிகளுடன் இரண்டாமிடம் பெற்றார்.

1952 ஹெல்சின்கி ஒலிம்பிக்ஸிலும் அதே 25 மீ ராபிட் ஃபயர் பிஸ்டல் பிரிவில் தங்கத்தைத் தக்க வைத்துக் கொண்டார் கரோலி. இம்முறை 579 புள்ளிகள். 578 புள்ளிகள் பெற்ற ஹங்கேரியின் சக வீரர் குன், வெள்ளி வென்றார். 1956 ஒலிம்பிக்ஸில் இதே பிரிவில் கலந்துகொண்ட கரோலிக்கு எட்டாமிடமே அமைந்தது. துப்பாக்கிச் சுடுதலில் தொடர்ச்சியாக இரு தங்கம் வாங்கிய முதல் வீரர் கரோலியே.

★

கரோலிக்கு துப்பாக்கி என்றால், தென் கொரியாவைச் சேர்ந்த இம் டாங் ஹ்யூன் என்ற வீரருக்கு வில்லும் அம்பும். இம் டாங் கிட்டத்தட்ட பார்வை இழந்தவர். கிட்டத்தட்ட என்றால், அவரது இடது கண் 20/200 என்ற அளவில் பார்வைக் குறைபாடு கொண்டது. வலது கண் 20/100 என்ற அளவில் பார்வைக் குறைபாடு கொண்டது. இம் டாங், வில்லில் அம்பைப் பொருத்திக் கொண்டு, இலக்கை நோக்கினார் என்றால் தூரத்தில் ஏதேதோ வண்ணங்கள் அலசலாக மட்டுமே

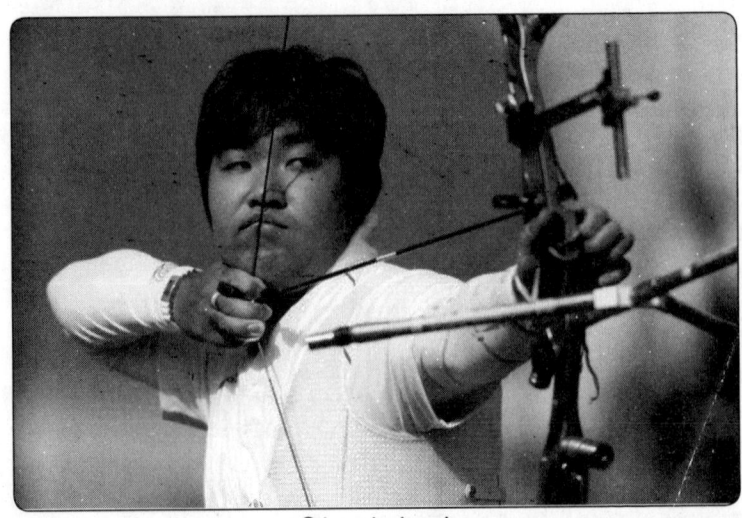

இம் டாங் ஹ்யூன்

தெரியும். ஆனால், டாங் வைக்கும் குறி தப்பாது. 90 சதவிகிதம் மைய வட்டத்தில் அல்லது அதற்கு அடுத்த வட்டத்தில் சென்று அம்பு தைக்கும். இடைவிடாத பயிற்சி, தனது ஞாபக சக்தி, அதன் மூலம் துல்லியமாகக் கணிக்கும் திறன் - இவையே இம் டாங் வெற்றிகரமாக அம்பைச் செலுத்துவதன் பின்னணிக் காரணங்கள்.

தன்னை பார்வைத்திறன் அற்றவர் என்று பதிவு செய்து வைத்துள்ள டாங், தனது குறைபாட்டை எல்லாம் பொருட்படுத்தாமல் ஒலிம்பிக் போட்டிகளிலும் கலந்து கொண்டார். போட்டியில் பார்வைக் குறைபாட்டை ஈடுகட்ட லென்ஸ் எதுவும் அணியவும் இல்லை. 2004 ஏதென்ஸ் ஒலிம்பிக், அவர் கலந்து கொண்ட முதல் போட்டி. ஆரம்ப சுற்றில், 70 மீ தொலைவில் உள்ள இலக்கை நோக்கி 72 அம்புகள் எய்ய வேண்டும். அதில் 687 புள்ளிகள் பெற்று அசத்தினார். அது புதிய உலக சாதனையும் கூட. அம்பெய்யும் இம் டாங், பார்வைக் குறைபாடு கொண்டவர் என்று தெரிய வந்தபோது ரசிகர்கள் ஆச்சரியத்தில் உறைந்து போனார்கள். அந்த ஒலிம்பிக்ஸில் பார்வை உள்ள வீரர்களுக்குக் கடும் சவாலாக இம் டாங் விளங்கினார்.

தனி நபர் பிரிவில் இம் டாங்கால் பதக்கம் வெல்ல முடியா விட்டாலும், குழுப் பிரிவில் அவர் இடம்பெற்ற தென் கொரிய அணி தங்கப் பதக்கம் வாங்கியது. 2008 பிஜீங் ஒலிம்பிக்ஸிலும் தங்கப் பதக்கத்தை வென்றது. 2012 லண்டன் ஒலிம்பிக்ஸில் வெண்கலப் பதக்கம்.

லண்டன் ஒலிம்பிக்ஸில் 72 அம்பு ஆரம்பச் சுற்று பிரிவில் 699 புள்ளிகள் பெற்று தன் உலக சாதனையைத் தானே முறியடித்தார் இம் டாங். தவிர, பல்வேறு சர்வதேச வில் வித்தைப் போட்டிகளில் தனிநபர் பிரிவிலும், குழு பிரிவிலும் தங்கம் உள்ளிட்ட பல்வேறு பதக்கங்களை வென்று அசத்தி வருகிறார் டாங்.

★

1952 ஹெல்சின்கி ஒலிம்பிக். குதிரை நடனம் என்ற டிரெஸ்ஸேஜ் போட்டி நடந்து கொண்டிருந்தது. அந்த ஆண்டுதான் பெண் களும் அந்தப் போட்டியில் கலந்துகொள்ள அனுமதிக்கப் பட்டிருந்தனர். ஆண் - பெண் இருபாலருக்கும் சேர்த்து ஒரே போட்டி நடந்தது.

ஜூப்ளி என்ற அழகிய குதிரை வந்து நின்றது. நடக்கவே இயலாத ஒரு பெண்ணை அந்தக் குதிரையின் மேல் ஒருவர் ஏற்றி உட்கார வைத்தார். பார்வையாளர்கள் மத்தியில் சலசலப்பு. ஜூப்ளி, அந்தப் பெண்ணின் கட்டளைக்கேற்ப களத்தில் இறங்கி தனது களி நடனத்தை ஆரம்பித்தது.

அந்தப் பெண்ணின் பெயர், லிஸ் ஹார்டெல். டென்மார்க்கைச் சேர்ந்தவர். சிறுவயதிலிருந்தே குதிரையேற்றப் பயிற்சி பெற்றவர். அவருக்கு 23 வயது இருக்கும்போது போலியோ தாக்கியது (1944). அப்போது அவர் கர்ப்பிணியும்கூட. மூட்டுக்குக் கீழ் கால்கள் செயலிழந்தன. கைகளிலும் சிறிய பாதிப்பு உண்டானது. நல்லவேளையாக, லிஸ்ஸுக்கு ஆரோக்கிய மான மகள் பிறந்தாள்.

அதற்குப் பிறகு லிஸ் முடங்கி உட்காரவில்லை. தனது குதிரையேற்றப் பயிற்சியைத் தொடர்ந்தார். 1952 ஒலிம்பிக்ஸில் பெண்களுக்கும் குதிரையேற்றத்தில் வாய்ப்பு வழங்கப்படுகிறது என்று தெரிந்ததும் ஆர்வத்துடனும் நம்பிக்கையுடனும் வந்து கலந்துகொண்டார்.

லிஸ் ஹார்டெல்

நடாலியா

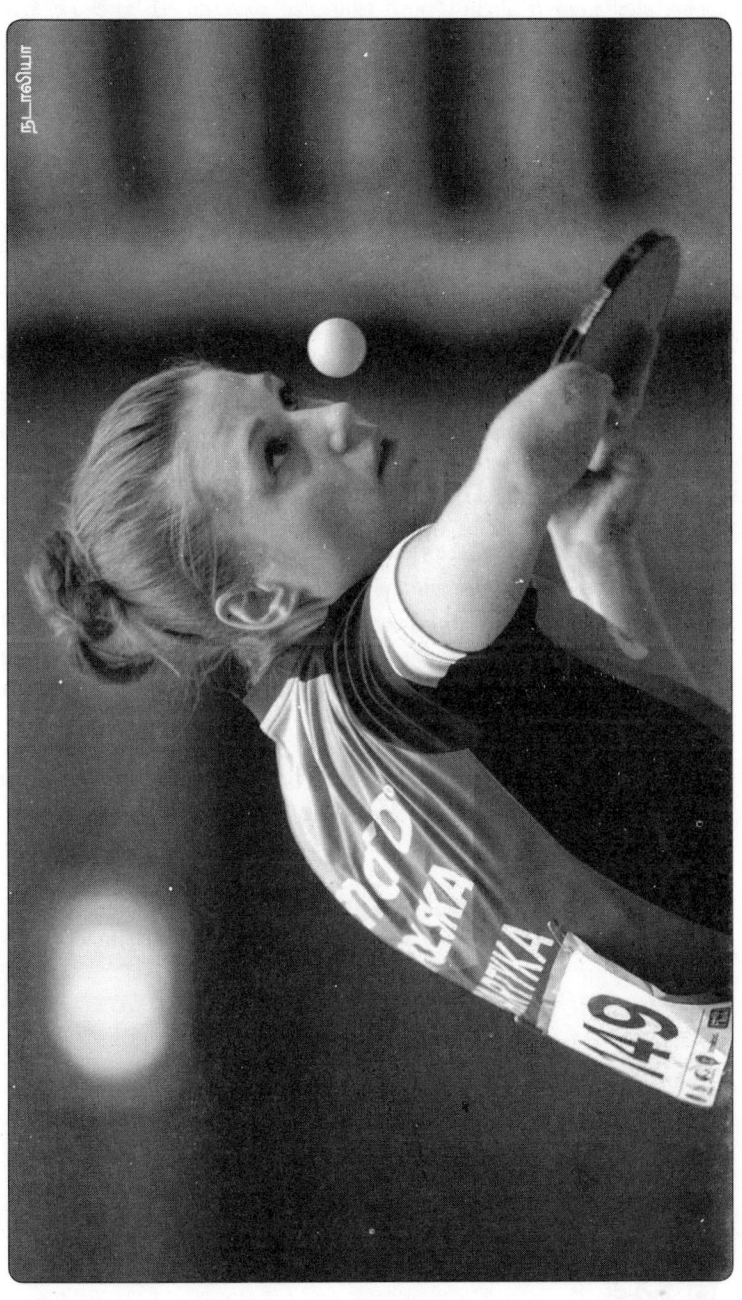

அந்த தனிநபர் டிரெஸ்ஸேஜ் பிரிவில் லிஸ்ஸும் ஜூப்ளியும் இணைந்து வெள்ளிப் பதக்கம் பெற்று அசத்தினர். 1956 ஒலிம்பிக்ஸிலும் இதே பிரிவில் வெள்ளியை வசப்படுத்தினார் லிஸ்.

★

லிஸ்ஸுக்கு வாழ்க்கையின் இடையில் போலியோவால் கால் போனது. ஆனால், போலந்தைச் சேர்ந்த நடாலியா பார்டிகாவுக்கு பிறக்கும்போதே வலது முன்னங்கை இல்லை. ஆகவே நம்பிக்கை கூடுதலாகவே இருந்தது. ஏழு வயதிலேயே ஒற்றைக் கையால் டேபிள் டென்னிஸ் ஆட ஆரம்பித்தார் நடாலியா. சிட்னியில் நடந்த 2000 பாராலிம்பிக்ஸில் அடியெடுத்து வைத்தார். அப்போது நடாலியாவுக்கு வயது பதினொன்று. பாராலிம்பிக்ஸில் பங்குபெற்ற மிகக்குறைந்த வயது கொண்ட நபர் நடாலியாதான்.

இதுவரை நடாலியா பாராலிம்பிக்ஸில் 3 தங்கம், 1 வெள்ளி, 1 வெண்கலம் வென்றுள்ளார். தவிர, சாதாரணமானவர்கள் கலந்து கொள்ளும் ஒலிம்பிக் போட்டிகளிலும் மாற்றுத் திறனாளியான நடாலியா தொடர்ந்து பங்கேற்று வருகிறார். இதுவரை ஒலிம்பிக்ஸில் நடாலியாவுக்கு பதக்கங்கள் எதுவும் கிடைக்க வில்லை.

அதனால் என்ன. நடாலியாவின் உயரிய தன்னம்பிக்கைக்கு முன் எந்தப் பதக்கமும் வெற்று உலோகமே!

லிஸ் ஹார்டெல் குறித்த வீடியோவைக் காண:
https://www.youtube.com/watch?v=jrVIT1Aw2kA&list=PLE207EDFDCDDEDA8C

நடாலியா விளையாடும் வீடியோவைக் காண:
https://www.youtube.com/watch?v=6RmcRu2K3X8

16

அதிகக் குத்து வாங்கினால் தங்கப்பதக்கம்

அமெரிக்காவில் கிளீவ்லாண்டில் 1980ல் அந்தச் சம்பவம் நடந்தது. கொள்ளையர்களால் தாக்கப் பட்ட ஒரு பெண் உயிரிழந்தார். அந்தப் பெண்ணின் பெயர் ஸ்டானிஸ்லாவா வாலாஸீவிச். அந்தப் பெண்ணின் உடல் பரிசோதனைக்கு அனுப்பப் பட்டது. அதன் முடிவுகள் பலத்த சர்ச்சைக்கு வழிவகுத்தன.

காரணம், பெண் என்று நம்பப்பட்ட அந்த நபரது உடலில் ஆண் தன்மைக்குரிய குரோமோசோம்கள் அதிகம் காணப்பட்டன. பெண் தன்மைக்குரிய சில கூறுகள் இருந்தாலும் ஆண் தன்மையே அதீதமாகத் தென்பட்டதாக மருத்துவ அறிக்கை கூறியது.

இருக்கட்டும். அதனால் என்ன பிரச்னை?

கொல்லப்பட்ட ஸ்டானிஸ்லாவா, போலந்தைச் சேர்ந்த ஒரு தடகள வீராங்கனை. பல தேசிய, சர்வதேச தடகளப் போட்டிகளில் நூற்றுக்கும் மேற்பட்ட சாதனைகள் நிகழ்த்தியிருக்கிறார். ஏகப்பட்ட பதக்கங்களையும் வென்றிருக்கிறார்.

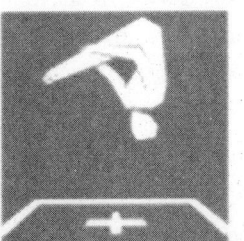

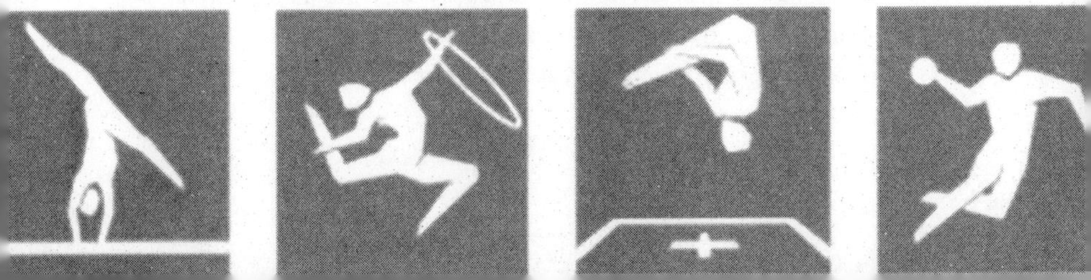

ஸ்டானிஸ்லாவா

அதில் 1932 லாஸ் ஏஞ்சல்ஸ் ஒலிம்பிக்ஸில் பெண்கள் 100 மீ ஓட்டத்தில் வாங்கிய தங்கமும், 1936 பெர்லின் ஒலிம்பிக்ஸில் அதே பிரிவில் வாங்கிய வெள்ளியும் அடக்கம். இவையே சர்ச்சைக்கான காரணம்.

ஸ்டானிஸ்லாவாவின் பிறப்புச் சான்றிதழில் அவர் பெண் என்றே குறிப்பிடப்பட்டிருந்தது. இல்லை, அவர் ஏமாற்றியிருக்கிறார். அவரது சாதனைகள் எதுவுமே செல்லாது. எல்லாமே நீக்கப்பட்ட வேண்டும். பதக்கங்களை எல்லாம் திரும்பப் பெற வேண்டும் என்று சிலர் குரலெழுப்பினர். சர்ச்சைகள் மினுமினுத்தன. ஆனால், இறந்துபோன அந்த வீராங்கனையின் திறமைக்கு மரியாதை செய்யும் விதமாக ஒலிம்பிக் கமிட்டி பதக்கங்களைத் திரும்பப் பெறவில்லை. ஸ்டானிஸ்லாவா நிகழ்த்திய சாதனைகள் எதுவும் மாற்றப்படவும் இல்லை.

போரிஸ் ஒனிஸ்சென்கோ. உக்ரைனின் பிறந்தவர். பின்பு சோவியத் யூனியன் குடிமகனாக மாறியவர். அங்கே ரெட் ஆர்மியில் சேர்ந்தார். நல்ல விளையாட்டு வீரர். அதுவும் பெண்டத்லான் போட்டிகளில் போரிஸ், குறைந்தது 'வெள்ளி'யாவது அடிக்கும் கில்லி.

பெண்டத்லான் என்பது ஐந்து விதமான விளையாட்டுகளை உள்ளடக்கிய போட்டி. நவீன ஒலிம்பிக்ஸில் இடம்பெற்ற பெண்டத்லான் என்பது துப்பாக்கிச் சுடுதல், குதிரையேற்றம், நீச்சல், ஓட்டம் (Cross Country Running) மற்றும் வாள் சண்டை ஆகிய ஐந்து விளையாட்டுகள் உள்ளடக்கியது. இதில் குழுவுக் கானது, தனி நபர்களுக்கானது என்று பெண்டத்லானில் இரண்டு பிரிவுகள் உண்டு.

இரண்டிலுமே போரிஸ் பங்கேற்றிருக்கிறார். 1967 முதல் 1974 வரையிலான பெண்டத்லான் உலக சாம்பியன்ஷிப் போட்டி களில் 5 தங்கம், 2 வெள்ளி, 4 வெண்கலம் (தனிநபர், குழு இரண்டு பிரிவுகளிலும் சேர்த்து) வென்றிருக்கிறார் போரிஸ். தவிர, 1968 மெக்ஸிகோ ஒலிம்பிக்ஸில் குழு பெண்டத்லானில் வெள்ளி, 1972 முனிச் ஒலிம்பிக்ஸில் குழு பெண்டத்லானில் தங்கம், அதே ஒலிம்பிக்ஸில் தனிநபர் பிரிவில் வெள்ளி என்று போரிஸ், அசைக்கவே முடியாத பெண்டத்லான் எம்பெருமானாக வலம் வந்தார்.

1976 மாண்ட்ரியல் ஒலிம்பிக்ஸின் ஆரம்பத்தில், பெண்டத்லானில் போரிஸுக்கென பதக்கங்களைத் தனியே எடுத்து வைத்துவிடலாம் என்றே விளையாட்டு விமரிசகர்கள் நம்பிக்கையுடன் கூறினர். குழு பெண்டத்லான் போட்டி ஜூலை 18 அன்று ஆரம்பமானது. முதல் நாள் குதிரையேற்றம். சோவியத்தின் குழுவில் போரிஸுடன் பாவெல், மோஸோலோவ் என்ற

> சக சோவியத் வீரர்களே தங்கள் தேசத்துக்கு போரிஸால் பெருத்த அவமானம் என்று அவரைப் புறக்கணித்தனர். Boris, The Cheat! என்று செய்தித்தாள்கள் சோவியத்தின் மானத்தை வாங்கின.

சோதனையிடப்படும் போரிஸின் வாள்

இரு வீரர்கள் இடம்பெற்றிருந்தனர். அந்தக் குதிரையேற்றப் போட்டிகளின் புள்ளிகளின்படி சோவியத்துக்கு நான்காவது இடமே கிடைத்தது.

ஜூலை 19ல் வாள் சண்டை நடந்தது. வாள் சண்டைக்கு சோவியத்தின் சார்பில் போரிஸ் களமிறங்கினார். அவர், ஒவ்வொரு தேசத்தின் வீரர்களுடனும் வாள் சண்டையிட வேண்டும். ஒரு போட்டி என்பது 3 நிமிட கால அளவு கொண்டது. காலையில் நான்கு போட்டிகளில் வாள் சுழற்றிய போரிஸ், நான்கிலும் வென்றார். மதிய நேரத்தில் போரிஸ், இங்கிலாந்து வீரர் ஜிம் ஃபாக்ஸுடன் வாள் சண்டையில் இறங்கினார். எதிரியின் உடலில் வாள் பட்டால், வாள் வீசும் வீரருக்கும் புள்ளிகள் ஏறும் என்பது அடிப்படை விதி. எதிரியின் உடலில் வாள் படுவதை அறிந்துகொள்ள Epee என்ற அந்த எலெக்ட்ரிக் வாளில் சென்சார் கருவிகள் பொருத்தப்பட்டிருக்கும்.

போரிஸின் வாள் வீச்சிலிருந்து லாகவமாக தன் உடலை நகர்த்தினார் ஜிம் ஃபாக்ஸ். ஆனாலும் எலெக்ட்ரானிக் ஸ்கோர் போர்டில் போரிஸுக்குப் புள்ளி ஏறியது. ஜிம், நடுவர்களிடம் புகார் செய்தார். 'ஆம், வாள் உங்கள் உடலில் படவில்லை' என்றார் போரிஸ் சற்றே நேர்மையாக. 'வாளை மாற்றிக் கொள்கிறேன்' என்றும் சொன்னார்.

காலையிலிருந்தே போரிஸின் ஆட்டத்தைக் கூர்மையாகக் கவனித்து வந்த ஜிம், அவரது வாளைப் பரிசோதனை இட வேண்டும் என்றார். நடுவர்கள் போரிஸின் வாளைக் கைப்பற்றி

சோதனை செய்தார்கள். அதில் சில நுட்பமான தகிடுதத்த வேலைகள் செய்யப்பட்டிருந்தன. அதாவது எதிரியின் மீது வாள் படாவிட்டாலும் தனக்குப் புள்ளிகள் ஏறும்படி ஏமாற்று வயரிங் வேலைகள் செய்திருந்தார் போரிஸ். ஜிம் ஃபாக்ஸின் முன் போரிஸின் நரித்தனங்கள் எடுபடவில்லை.

உடனே போரிஸ், அந்தப் போட்டியிலிருந்து தகுதி நீக்கம் செய்யப்பட்டார். அவர் மட்டுமல்ல, சோவியத் யூனியன் அணியே குழு பெண்டத்லானிலிருந்து வெளியேற்றப்பட்டது.

தனக்கு 38 வயது ஆகிவிட்டது. இதுவே தனக்கு கடைசி ஒலிம்பிக்ஸ். வெளியேறுவதற்கு முன்பு இறுதியாக ஒரு பதக்கம் வென்று விடலாம் என்ற ஆசையில் போரிஸ் தன் நேர்மையை இழந்திருந்தார். சக சோவியத் வீரர்களே தங்கள் தேசத்துக்கு போரிஸால் பெருத்த அவமானம் என்று அவரைப் புறக்கணித்தனர். Boris, The Cheat! என்று செய்தித்தாள்கள் சோவியத்தின் மானத்தை வாங்கின. 'எங்கள் கையில் அவன் கிடைத்தால், ஹோட்டல் ஜன்னல் வழியாகத் தூக்கி வீசிவிடுவோம்' என்று சோவியத் வாலிபால் அணியினர் கொந்தளித்தார்கள். போரிஸை, ஒலிம்பிக் கிராமத்திலிருந்து பாதுகாப்பாக அவரது நாட்டுக்குத் திருப்பி அனுப்புவதே பெரும்பாடாகிப் போனது.

பெண்டத்லான் தனி நபர் பிரிவில் சக சோவியத் வீரர் பாவெல் வெள்ளி வென்றார். போரிஸின் போங்கு ஆட்டத்தால் பாவெலையும் சந்தேகப் பார்வைகள் குத்திக் கிழித்தன. மிகுந்த தர்ம சங்கடத்துடனேயே பாவெல் போடியம் ஏறினார்.

போட்டியில் பதக்கமே இன்றி தோற்றிருந்தால்கூட அந்த வலி, கால ஓட்டத்தில் காணாமல் போயிருக்கும். ஆனால், தடுமாற்றத்தால் செய்த தவறு, அதனால் உண்டான அவமானம் போரிஸைத் துரத்தித் துரத்தி அடித்தது. சோவியத் அரசியல் வாதிகள் அவரைத் தொலைபேசியில் அழைத்து கிழிகிழியெனக் கிழித்தனர். போரிஸ், ராணுவத்திலிருந்து விலக்கப்பட்டார். அவருக்கு பெரும் தொகை அபராதமாக விதிக்கப்பட்டது.

1976க்கு முன்பு வெற்றி வீரராக செல்லுமிடமெல்லாம் சிறப்பை அனுபவித்த போரிஸ், அந்த ஒரே ஒரு தவறால் செல்லுமிடமெல்லாம் அவமானங்களைச் சந்தித்தார். பின், வயிற்றுப் பிழைப்புக்காக கார் டிரைவராகக் காலத்தை ஓட்ட ஆரம்பித்தார்.

தென்கொரியாவின் சியோலில் 1988ல் ஒலிம்பிக் போட்டிகள் நடந்தன. லைட் மிடில்வெயிட் பிரிவு குத்துச் சண்டைப் போட்டியின் இறுதிச்சுற்றில் தென்கொரியாவின் பார்க் ஸி-ஹன் என்ற வீரரும், அமெரிக்காவின் ராய் ஜோன்ஸ் ஜூனியர் என்ற வீரரும் ரிங்கில் இறங்கினர்.

ஆரம்பம் முதலே ராய் ஜோன்ஸின் குத்துகள் பலமாக பார்க்கின் முகத்தில் இறங்கின. ஆனால், ரசிகர்களின் பேராதரவு முழுக்க முழுக்க உள்நாட்டு வீரர் பார்க்குக்கு இருந்தது. பார்க், குத்துகள் வாங்கி ஓரிரு முறை சுருண்டு விழுந்து, பின் தடுமாறி எழுந்து நின்றார். தென்கொரியர்களே ராய் ஜோன்ஸ்தான் வெற்றி பெறுவார் என்று மனத்தைத் தேற்றிக் கொண்டனர். போட்டி நேரம் முடிவடைந்தது. ரெஃப்ரி இரு வீரர்களது கையைப் பிடித்தபடி முடிவை அறிவிப்பதற்காக ரிங்கின் நடுவில் வந்து நின்றார். ராய் ஜோன்ஸின் கையே உயர்த்தப்படும் என்று பெரும்பான்மையானோர் எதிர்பார்த்திருந்த சமயத்தில், பார்க்கின் கை உயர்த்தப்பட்டது.

ஏமாற்றம். ராய் ஜோன்ஸால் கண்ணீரைக் கட்டுப்படுத்த இயலவில்லை. தென்கொரிய ரசிகர்கள் ஆர்ப்பரித்துக் கொண்டாடினார்கள். பார்க்கின் கழுத்தில் தங்கப் பதக்கம் விழுந்தது. சோகத்தில் ராய் ஜோன்ஸால் அந்த வெள்ளிப் பதக்கத்தைச் சுமக்க முடியவில்லை. ஒவ்வொரு ஒலிம்பிக்ஸிலும் சிறந்த பாக்ஸருக்காக வழங்கப்படும்

ராய் ஜோன்ஸ் ஜூனியர் - பார்க் ஸி-ஹன்

வால் பார்க்கர் கோப்பையை மட்டும் 1988ல் ராய் ஜோன்ஸுக்கு வழங்கி கௌரவித்தார்கள். அது பார்க்குக்கு வழங்கப்படவில்லை. பார்க்கின் மனம் உறுத்தியது. இதயம் திறந்தார். 'நடுவர்களின் தீர்ப்பினால் நான் செய்வதறியாது வாயடைத்துப் போய்விட்டேன். இப்போது அதற்காக ராய் ஜோன்ஸிடம் மன்னிப்புக் கேட்டுக் கொள்கிறேன்.' போட்டியின் ஐந்து நடுவர்களில் ஒருவர் வெளிப்படையாக அறிக்கை விட்டார். 'நாங்கள் இரண்டு பேர் ராய் ஜோன்ஸுக்குத்தான் அதிகப் புள்ளிகள் வழங்கியிருந்தோம். ஆனால், மற்ற மூன்று பேரும் பார்க்குக்கு ஆதரவாக இருந்தார்கள்.'

சர்வதேச ஒலிம்பிக் கமிட்டி விசாரணையை ஆரம்பித்தது. அதில், போட்டி நடத்திய தென் கொரியா அந்த மூன்று நடுவர்களை விசேஷமாகக் கவனித்தது, லஞ்சம் கொடுத்தது எல்லாம் தெரிய வந்தன. மூன்று நடுவர்களுக்கும் வாழ்நாள் தடை விதிக்கப்பட்டது. இந்த விசாரணை எல்லாம் ஒருவழியாக 1997ல் முடிவுக்கு வந்தது. அதன்படி, பார்க்கிடம் இருந்து பதக்கத்தைப் பறித்து, ராய் ஜோன்ஸிடம் வழங்க வேண்டும் என்று குரல்கள் எழுந்தன.

1984 லாஸ் ஏஞ்சல்ஸ் ஒலிம்பிக்ஸில் குத்துச் சண்டையில் அமெரிக்கா தென் கொரியர்களுக்கு எதிராக நடந்து கொண்டது. சில போட்டி முடிவுகளை தனக்குச் சாதகமாக அறிவிக்கச் செய்தது. அதற்குப் பழிவாங்கும்விதமாகவே சியோல் ஒலிம்பிக்ஸில் தென் கொரியா இப்படி நடந்து கொண்டது என்று செய்திகள் வெளிவந்தன.

இந்த சர்ச்சையின் விளைவாகக் குத்துச்சண்டைப் போட்டியின் முடிவில் முறைகேடுகள் நடக்காத வண்ணம் புள்ளிகளைக் கணக்கிட புதிய விதிமுறைகள் உருவாக்கப்பட்டன. ஆனால், சர்வதேச ஒலிம்பிக் கமிட்டி பார்க் Vs ராய் ஜோன்ஸ் போட்டி முடிவைத் திரும்பப் பெறவில்லை.

ராய் ஜோன்ஸுக்குரிய தங்கப்பதக்கம் அவரைச் சென்றடையவே இல்லை.

பார்க் Vs ராய் ஜோன்ஸ் போட்டி வீடியோவைக் காண:
https://www.youtube.com/watch?v=KMa4nGf9hSY

17

திருமணங்கள் ஒலிம்பிக்ஸில் நிச்சயிக்கப்படுகின்றன

‘அந்த ஒரே ஒரு ஜப்பான் ஆளு மட்டும் காணாமப் போயிட்டாருங்க. அவர் ஓடியும் முடிக்கலை. ஆனா, வழியில எங்க தேடியும் கிடைக்கல.’

*1912*ல் ஸ்வீடனின் ஸ்டாக்ஹோம் ஒலிம்பிக்ஸில் மாரத்தான் போட்டி நடத்தி முடித்தபின், வீரர்களது விவரங்களைச் சரிபார்த்த போட்டி அதிகாரிகள், ஷிஷோ கனாகுரி என்ற அந்த ஜப்பானிய வீரரைக் கண்டுபிடிக்க முடியாமல் திகைத்து நின்றனர். எங்கே போனார் ஷிஷோ?

பத்திரமாக ஜப்பானுக்குத்தான் திரும்பிப் போயிருந்தார். அந்த ஒலிம்பிக் போட்டிக்கு ஜப்பான் இரண்டே இரண்டு தடகள வீரர்களை மட்டுமே அனுப்பி வைத்தது. அதில் ஷிஷோவும் ஒருவர். ஜப்பானிலிருந்து ஸ்டாக்ஹோம் வந்து சேரவே *18* நாள்கள் பயணம். அதிலேயே அதீத சோர்வுடன் இருந்த ஷிஷோவுக்கு அங்கு கிடைத்த உணவும் ஒத்துவரவில்லை. மாரத்தான் போட்டியன்று வெயிலும் காட்டு காட்டென்று காட்டியதால்,

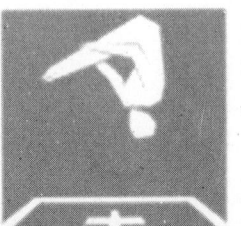

ஒலிம்பிக்ஸில், தீபத்தை ஓட்டமாக எடுத்துச் சென்று அதை தொடக்க விழா சமயத்தில் கொப்பரையில் ஏற்றும் வழக்கம் ஆரம்பிக்கப்பட்டது.

ஒவ்வொரு ஒலிம்பிக் போட்டிக்கும் பிரத்யேகமாக ஒலிம்பிக் தீவட்டி தயாரிக்கப்படுகிறது. ஒலிம்பிக்ஸ் ஆரம்ப விழாவுக்கு சில மாதங்களுக்கு முன்பாகவே, ஒலிம்பிக்ஸின் தாயகமான ஒலிம்பியாவில் இந்த தீவட்டி ஏற்றப்படுகிறது. பதினொரு கன்னிப் பெண்கள் சூழ்ந்திருக்க, சூரிய ஒளியை ஓர் ஆடியில் குவியச் செய்து அதன் மூலம் நெருப்பை உண்டாக்கி தீவட்டியை ஏற்றுகின்றனர். அதன்பின் காடு, மலை, பாலைவனம், கிராமம், நகரம், கடல், அருவி, வானம் என ஒவ்வொன்றையும் கடந்து ஒலிம்பிக்ஸ் நடைபெறும் மைதானத்தை நோக்கி ஒலிம்பிக் தீபத்தின் பயணம் ஆரம்பமாகும்.

யார் இறுதியில் மைதானத்தில் ஓடிவந்து ஒலிம்பிக் தீபத்தை ஏற்றப்போகிறார் என்பதை ஒவ்வொரு முறையும் ரகசியமாகவே வைத்திருப்பார்கள். அந்த கௌரவம் மிகப் பெரியது. 1964 டோக்கியோ ஒலிம்பிக்ஸில் ரசிகர்கள் யார் தீபத்தை ஏந்தி வரப்போகிறார்கள் என்று ஆவலுடன் காத்திருந்தனர். அப்போது பிரபலம் அல்லாத பருவ வயது இளைஞன் ஒருவன் தீபத்தை ஏந்தி ஓடிவந்தான்.

அவன் பெயர் யோஷினோரி ஷகாய். இரண்டாம் உலகப் போரில் ஹிரோஷிமா நகரம் மீது அணுகுண்டு வீசப்பட்ட அதே தினத்தில் பிறந்தவன். போருக்குப் பின் ஜப்பான் மீண்டெழுந்ததைக் குறிக்கும் விதமாகவும், உலகில் அமைதியை வலியுறுத்தும் விதமாகவும் மாணவன் யோஷினோரிக்கு தீபம் ஏற்றும் கௌரவம் அளிக்கப்பட்டது.

1992 பார்சிலோனாவில் ஒலிம்பிக் தீபம் ஏற்றப்பட்ட விதம் உலகை வாய்பிளக்கச் செய்தது.

> ஹிரோஷிமா நகரம் மீது அணுகுண்டு வீசப்பட்ட அதே தினத்தில் பிறந்தவன். போருக்குப் பின் ஜப்பான் மீண்டெழுந்ததைக் குறிக்கும்விதமாகவும், உலகில் அமைதியை வலியுறுத்தும் விதமாகவும் தீபம் ஏற்றும் கௌரவம் அளிக்கப்பட்டது.

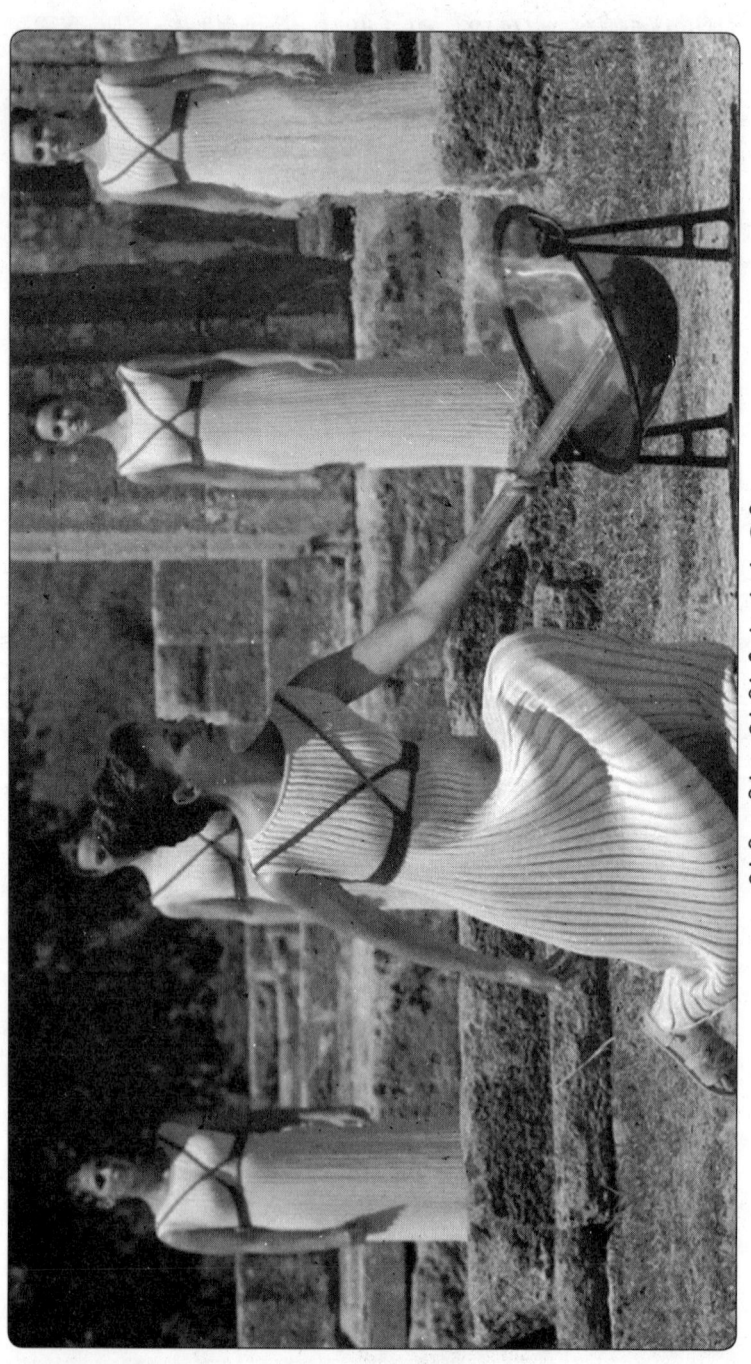

ஒலிம்பியாவில் ஒலிம்பிக் தீபம் ஏற்றப்படுகிறது

மைதானத்தில் பாராலிம்பிக் வில்வித்தை வீரர் ஆண்டனியோ ரெபோல்லோ காத்திருந்தார். மக்கள் ஆர்ப்பரிக்க ஒலிம்பிக் தீபத்தை ஏந்தி வந்த வீரர், ஆண்டனியோ கையில் இருந்த அம்பின் முனையில் பற்ற வைத்தார். ஆண்டனியோ ஒரு வில்லில் அந்த நெருப்பு அம்பைப் பொருத்தி, 181 அடி உயரத்தில் இருந்த கொப்பரையை நோக்கி எய்தார். ஒலிம்பிக் தீபம் மளமளவென எரிந்தது. அதைக் கண்ட ஒவ்வொருவரும் பரவசத்தில் ஆழ்ந்தனர். இதுவே மிகச் சிறந்த ஒலிம்பிக் தீப ஏற்றும் நிகழ்வாகக் கொண்டாடப்படுகிறது.

யோஷினோரி ஷகாய்

ஆனால், ஆண்டனியோ எய்த நெருப்பு அம்பு கொப்பரை தாண்டி வைக்கப்பட்டிருந்த மணல் பெட்டிகளில் பாதுகாப்பாகச் சென்று விழுந்தது. கொப்பரையின் மேலே எரிவாயு பரவி யிருந்தது. அம்பு எய்யப்பட்ட நொடியில் ரிமோட் கண்ட்ரோல் மூலம் கொப்பரையில் தீ ஏற்றப்பட்டது. எல்லாமே நாடகம். ரசிகர்களின் பாதுகாப்பு கருதியே இப்படிச் செய்தார்கள் என்று பின்னர் செய்திகள் வெளியாயின.

ஆண்டனியோ ரெபோல்லோ

ஒலிம்பிக் தீப ஓட்டம் நடைபெறும் இடத்தில் போராட்டம் செய்வது, எதிர்ப்புகளைத் தெரிவிப்பது, மிரட்டல் விடுப்பது, ஓட்டத்தைத் தடுக்க நினைப்பது என ஒவ்வொரு ஒலிம்பிக் ஓட்டத்திலும் இந்த நெருப்பைச் சுற்றிய அரசியல் போராட்டங் களுக்கும் குறைவே இல்லை. ஒலிம்பிக் தீபத்தை அணைக் காமல் நாடு நாடாக, ஊர் ஊராகக் கொண்டு செல்ல முடியுமா, அது அணைந்ததே இல்லையா என்ற கேள்விகள் எழலாம்.

அணைந்திருக்கிறது. அணைந்தால் மீண்டும் ஏற்றிக் கொண்டு ஓட்டத்தைத் தொடருவார்கள். அவ்வளவுதான்.

1976 மான்ட்ரியல் ஒலிம்பிக் போட்டிக்கான தீப ஓட்டம் நடைபெற்றது. ஆரம்ப விழாவில் கொப்பரையில் தீபம் ஏற்றுவதில் எல்லாம் பிரச்னையில்லை. இடையே ஒரு நாள் நல்ல காற்று, கனமழை. கொப்பரையில் நெருப்பு அணைந்து விட்டது. அன்று போட்டி எதுவும் இல்லாததால் மைதானத்தில் யாரும் இல்லை. ஒரே ஒரு பிளம்பர் அங்கே வேலை பார்த்துக் கொண்டிருந்தார். ஒலிம்பிக் தீபம் அணைந்ததும், பதறிய அவர் ஒரு செய்தித்தாளை எடுத்து சுருட்டி, தன் சிகரெட் லைட்டரால் அதைப் பற்றவைத்து ஒலிம்பிக் தீபம் ஏற்றும் பெருமையினைத் தனக்குத் தானே தேடிக் கொண்டார். அவர் பெயர், பியரி பௌசர்ட்.

இதைக் கண்டு பதறிய ஒலிம்பிக் அதிகாரிகள் சிலர் வேக வேகமாக வந்து அந்த தீபத்தை அணைத்தனர். ஒலிம்பிக்

சீன ஜிம்னாஸ்டிக் வீரர் லி நிங்

தீபத்தின் புனிதம் கெட்டுவிட்டது என பதறினர். மைதானத்தில் பத்திரமாக வைத்திருந்த பிரத்யேக ஒலிம்பிக் தீவட்டியை எடுத்து வந்து மீண்டும் தீபமேற்றி புனிதத்தை மீட்டெடுத்தனர்.

இதுவரையிலான நவீன ஒலிம்பிக்ஸ் வரலாற்றில் 2008 பீஜிங் ஒலிம்பிக் தீபத்தின் பயணம்தான் மிக நீளமானது. மார்ச் 24ல் ஆரம்பித்த ஓட்டம், ஆகஸ்ட் 8 வரை நடந்தது. அண்டார்டிகா தவிர, பிற ஆறு கண்டங்களிலும், 1,37,000 கிமீ பயணம். 21,880 பேர் சுமந்து ஓடினர். எவரெஸ்ட் சிகரத்தில்கூட அந்த ஒலிம்பிக் தீபம் பயணம் செய்தது. பறவைக்கூடு வடிவிலான தேசிய மைதானத்தில் சீன ஜிம்னாஸ்டிக் வீரர் லி நிங், கையில் ஒலிம்பிக் தீபத்துடன் அந்தரத்தில் பறந்தபடி ஒலிம்பிக் தீபத்தை ஏற்றி அனைவரையும் மெய்சிலிர்க்க வைத்தார்.

2016 ரியோ ஒலிம்பிக் தீப ஓட்டத்தில், அகதிகள் முகாமிலிருக்கும் ஆப்கனிஸ்தான், ஈரான், சிரிய அகதிகளும் பங்கேற்றுள்ளனர் என்பது குறிப்பிடத்தக்கது.

ஒவ்வொரு ஒலிம்பிக்ஸ் நிறைவு விழாவின் இறுதியாக ஒலிம்பிக் தீபம் அணைக்கப்படும். மீண்டும் அது ஒலிம்பியாவில் உயிர் பெறும்.

சரி, கழுத்தில் மெடல் போட்டப்பட்டதும் பல வீரர்கள் அதை எடுத்துக் பல்லால் கடிக்கிறார்களே. அது என்ன சம்பிரதாயம்?

மெடலைக் கடிக்கும் வீராங்கனைகள்

இதற்குப் பதில் கண்டுபிடிக்கப்படவில்லை. இந்தப் பழக்கத்தை யார், எப்போது, எதற்காக ஆரம்பித்து வைத்தார்கள் என்று தெரியவில்லை. ஆனால், அது ஒரு பாரம்பரியமாக பல காலமாகத் தொடர்ந்து கொண்டிருக்கிறது. 'பதக்கத்தோட வித்தி யாசமா போஸ் குடுங்க' என்று யாரோ ஒரு புகைப்படக்காரர் தூண்டிவிட, யாரோ ஒரு வீரர் ஆரம்பித்து வைத்த பழக்கமாகத் தான் இது இருக்கும் என்று நம்பப்படுகிறது.

2010 குளிர்கால ஒலிம்பிக்ஸில் வெள்ளி வென்ற ஜெர்மன் வீரர் டேவிட் மோலர், புகைப்படத்துக்காகத் தன் பதக்கத்தின் ஓரத்தைக் கடித்தார். பாவம், அவரது பல்லின் சிறுபகுதி உடைந்துவிட்டது. பதக்கம் பெற்ற சந்தோஷத்தைவிட, பல் உடைந்த வேதனை அதிகமாகிப் போனது அவருக்கு. டேவிட்டின் தாயார் பல் மருத்துவர் என்பது இங்கே தகவலுக்காக.

1992 பார்சிலோனாவில் ஒலிம்பிக் தீபம் ஏற்றப்படும் வீடியோவைக் காண:
https://www.youtube.com/watch?v=gmRf41SVHS4

20

கே.டி. ஜாதவ் – இந்தியாவின் நாயகன்

ஆனந்த சுதந்தரம் அடைந்துவிட்டோம் என்று... ஆடியும் பள்ளுப் பாடியும் முடிப்பதற்குள் 1948 லண்டன் ஒலிம்பிக்ஸ் நமக்காகக் காத்திருந்தது. சுதந்தர இந்தியாவின் முதல் ஒலிம்பிக்ஸ் அணி அதில் கலந்துகொள்ளவிருந்தது. மொத்தம் 79 பேர். 10 விளையாட்டுகளில் கலந்துகொள்ளவிருந்தனர். அனைவருமே ஆண்கள்.

•

அந்த லண்டன் ஒலிம்பிக்ஸில் இந்தியாவுக்கு ஒரே ஒரு தங்கம் மட்டுமே கிடைத்தது. ஆம், ஹாக்கியில் தான். பத்தொன்பதாம் நூற்றாண்டில் பிரிட்டிஷார், இந்தியாவில் ஹாக்கியை அறிமுகப்படுத்தினார்கள். பிரிட்டிஷ் ராணுவத்தினர் ஹாக்கி விளையாடுவதைக் கண்டு, இந்தியர்களுக்கும் அதன் மேல் ஆவல் உண்டானது. 1885ல் கல்கத்தாவில் முதல் ஹாக்கி கிளப் அமைக்கப்பட்டது. பின்னர், பிற பெரு நகரங்களிலும் ஹாக்கி கிளப்கள் உருவாகின. 1924ல் சர்வதேச ஹாக்கி சம்மேளனம் உருவானது. 1928ல் இந்திய ஹாக்கி அணி முதன் முதலில் ஒலிம்பிக்ஸில் கலந்து கொண்டது. 1928 முதல் 1956 வரை நடந்த

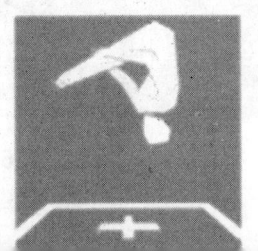

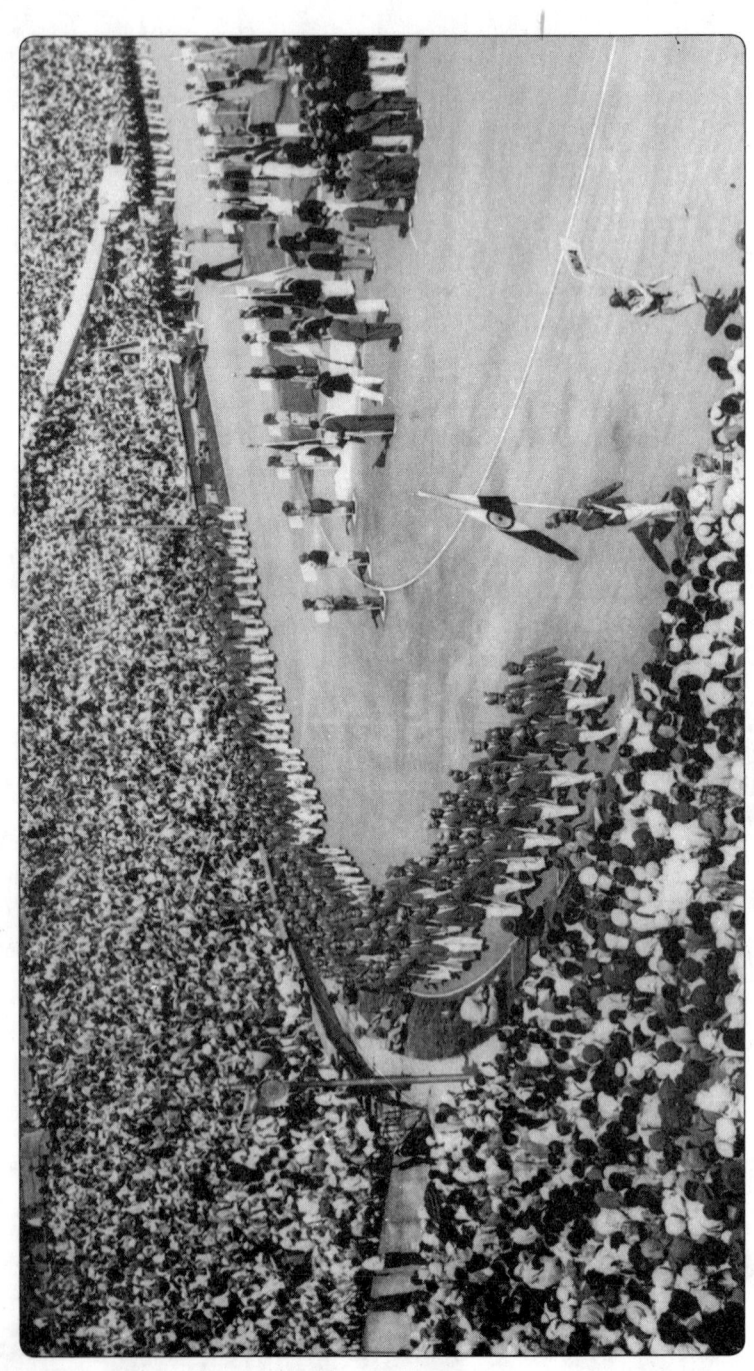

சுதந்தர இந்தியாவின் முதல் ஒலிம்பிக் அணி

1952 ஒலிம்பிக் இந்திய ஹாக்கி அணி

ஆறு ஒலிம்பிக் போட்டிகளில் இந்தியா, தொடர்ச்சியாகத் தங்கம் வென்றது. தொடர்ந்து 24 போட்டிகளில் தோல்வியையே சந்திக்கவில்லை. 178 கோல்களையும் போட்டது. எதிரணியினர் போட்ட ஒட்டுமொத்த கோல்கள் வெறும் 7.

இந்தியாவின் இந்த ஹாக்கி பொற்காலம், 1960 ஒலிம்பிக்ஸில் முடிவுக்கு வந்தது. அதில் நடந்த இறுதிப்போட்டியில் இந்தியா, நமது சகோதர நாடான பாகிஸ்தானிடம் தோற்றுப் போனது.

சுதந்தரத்துக்கு முன்பான இந்திய ஹாக்கி அணியில் பிரிட்டிஷ் வீரர்களும் இடம்பெற்றிருந்தனர். 1948 ஒலிம்பிக் ஹாக்கி அணி தான் பரிசுத்த சுதேசி அணி. அந்த அணி, லண்டனில் இறுதிப் போட்டியில் 4-0 இங்கிலாந்தைத் தோற்கடித்து சரித்திர வெற்றி பெற்றது.

1948 லண்டன் ஒலிம்பிக்ஸில் இந்தியாவின் சார்பாக மல்யுத்த வீரர்கள் 6 பேர் கலந்து கொண்டனர். அதில், கஸாபா தாதாசாகேப் ஜாதவ் (கே.டி. ஜாதவ்) என்ற மல்யுத்த வீரர், ஃப்ளைவெயிட் பிரிவில் ஆறாவது இடத்தைப் பிடித்தார். இந்திய ஒலிம்பிக்ஸ் சரித்திரத்தில் தனி நபர் பிரிவில் ஒருவர் அந்த உயரத்தை அடைந்தது அதுவே முதல் முறை.

காஸபா ஜாதவ், மஹாராஷ்டிராவின் கோலேஸ்வர் என்ற கிராமத்தில் பிறந்தவர் (1926). தந்தை தாதாசாகேபும் மல்யுத்த வீரர். மல்யுத்தப் பயிற்சியாளர். ஜாதவ் உடன் பிறந்தவர்கள் 4 சகோதரர்கள். மல்யுத்தமும் மல்யுத்தம் சார்ந்த சூழலிலும் வலிமையாக வளர்ந்தார் ஜாதவ். எட்டாவது வயதிலேயே,

உள்ளூர் மல்யுத்த சாம்பியன் ஒருவருடன் மோதி, இரண்டாவது நிமிடத்திலேயே அவரை வீழ்த்தினார். அதே சமயம் படிப்பிலும் கெட்டிக்காரராக இருந்தார். அவரது பள்ளி ஆசிரியர்கள் இருவர், மல்யுத்த வீரர்களாக இருந்தனர். அவர்கள் ஜாதவை ஊக்குவித்து மாவட்ட அளவில், தேசிய அளவில் போட்டிகளில் கலந்து கொள்ளச் செய்தனர்.

1948ல் கோலாப்பூர் ராஜாராம் கல்லூரியில் ஜாதவ் படித்துக் கொண்டிருந்தார். கல்லூரியில் அந்த ஆண்டுக்கான விளையாட்டுப் போட்டிகள் அறிவிக்கப்பட்டன. ஜாதவ், கல்லூரியின் உடற்பயிற்சி ஆசிரியர் முன்பு சென்று நின்றார். 'நான் மல்யுத்தப் போட்டியில் கலந்துகொள்ள விரும்புகிறேன்.'

ஆசிரியர் ஜாதவை மேலும் கீழும் அலட்சியமாகப் பார்த்தார். 'அதற்கெல்லாம் உடலில் வலிமை வேண்டும். உன்னால் முடியாது.'

ஜாதவ், கல்லூரி முதல்வர் பாலசாகேபிடம் முறையிட்டார். தான் மல்யுத்தத்தில் கலந்து கொள்ள என்ன செய்ய வேண்டும் என்று கேட்டார். தன் திறமையை நிரூபிக்க யாருடன் வேண்டுமானாலும் மோதத் தயார் என்று உறுதியாகச் சொன்னார் ஜாதவ். முதல்வர், போட்டி ஒன்றுக்கு ஏற்பாடு செய்தார்.

நிரஞ்சன் தாஸ் என்ற ஆறடி உயரமுள்ள, வலிமையான மல்யுத்த வீரர் ஜாதவ் முன்பு வந்து நின்றார். 5.5 உயரம் கொண்ட ஜாதவ், நிரஞ்சனை மண்ணோடு மண்ணாக அழுத்தி வீழ்த்த சில நொடிகளே எடுத்துக் கொண்டார்.

நிரஞ்சன் ஒப்புக்கொள்ள வில்லை. 'நான் தயாராகவே இல்லை. அதற்கு முன் இவன் அவசரப்பட்டு விட்டான்' என்று குற்றம் சாட்டினார். மறுபடியும் மோதச் சொன்னார்கள். மீண்டும் நிரஞ்சனுக்குத் தோல்வியைப் பரிசாகக் கொடுத்தார் ஜாதவ்.

நிதி கேட்டுக் கையேந்தினார். அதிலும் தனக்கு நிதி கொடுத்தவர்களுக்கெல்லாம் ரசீது கொடுத்தார் ஜாதவ். 'வருங்காலத்தில் இதை நிச்சயம் திருப்பிக் கொடுப்பேன்.'

மல்யுத்தப் போட்டியில் ஜாதவ்

1948 லண்டன் ஒலிம்பிக் போட்டிக்கான இந்திய அணி தேர்ந்தெடுக்கப்பட்டபோது, மல்யுத்தத்தில் கலந்துகொள்ள ஜாதவும் ஆர்வம் காட்டினார். கோலாப்பூர் மகாராஜா, ஜாதவின் பயணச் செலவுகளுக்குப் பண உதவி செய்தார்.

லண்டன் ஒலிம்பிக் மல்யுத்தத்தில் ஜாதவ், ஆறாவது இடம் பிடித்ததே பெரும் ஆச்சரியம். காரணம், ஜாதவ் அதற்கு முன்பாக சர்வதேசப் போட்டிகளில் விளையாடியது கிடையாது. அவருக்கு சர்வதேச மல்யுத்த விதிகள் எல்லாம் புதிது. மண்ணில் மல்லுக்கட்டிப் பழகியவருக்கு, வழுக்கும் தரைவிரிப்பில் மல்லுக்கட்டுவது என்பது பழகாத ஒன்று. இத்தனையையும் தாண்டி அந்த உயரத்தைத் தொட்டவருக்கு, பதக்கம் வாங்காதது ஏமாற்றமாகத்தான் இருந்தது.

லண்டன் ஒலிம்பிக்ஸில் ரீஸ் கார்ட்னர் என்ற அமெரிக்காவைச் சேர்ந்த முன்னாள் உலக மல்யுத்த சாம்பியன், ஜாதவுக்குப் பயிற்சியளித்தார். அவருக்கு ஜாதவின் திறமை வியப்பூட்டியது. சர்வதேச மல்யுத்தப் போட்டிகளுக்கேற்பப் பலவிதமான பயிற்சிகளை, அறிவுரைகளை ரீஸ், ஜாதவுக்கு வழங்கினார்.

லண்டனிலிருந்து திரும்பிய நாள் முதலே அடுத்த ஒலிம்பிக்ஸ் நோக்கி ஜாதவின் பயிற்சிகள் ஆரம்பமாயின. 1952 ஒலிம்பிக்ஸ் பின்லாந்தின் ஹெல்சின்கி நகரில் நடைபெறுவதாக இருந்தது.

இந்திய மல்யுத்த அணியில் ஜாதவால் எளிதில் இடம்பெற முடியவில்லை. அதற்கு அவர் கடுமையான சவால்களைச் சந்திக்க வேண்டியதிருந்தது.

'மதராஸ் நேஷனல்ஸ்' என தேசிய அளவில் மல்யுத்தப் போட்டிகள் நடந்தன. அதில் ஜாதவ் கலந்துகொண்டு தன் வலிமையை வெளிப்படுத்தினார். ஆனால், அவருக்கு வேண்டுமென்றே புள்ளிகள் குறைவாக வழங்கப்பட்டன. ஒலிம்பிக்ஸில் கலந்துகொள்ள ஜாதவுக்குத் தகுதியில்லை என்றனர். இந்திய விளையாட்டில் அரசியல் அப்போதே ஆரம்பித்துவிட்டது.

ஜாதவ், பாட்டியாலா மகாராஜா பூபிந்தர் சிங்கிடம் நீதி கேட்டு முறையிட்டார். பாட்டியாலா மகாராஜா மல்யுத்தப் பிரியர். ஜாதவின் திறமை அறிந்தவர். தவிர, செல்வாக்கும் கொண்டிருந் தார். ஆகவே, அவர் தலையிட்டார். ஜாதவுக்காக ஒரு தேர்வுப் போட்டி ஏற்பாடு செய்யப்பட்டது. அதில் ஜாதவ் எளிதாக வென்றார். ஹெல்சின்கி ஒலிம்பிக்ஸில் கலந்துகொள்ளும் வாய்ப்பை உறுதி செய்தார்.

ஒலிம்பிக் செலவுகளுக்காக சுமார் 8000 ரூபாய் தேவைப்பட்டது. அவ்வளவு பணத்துக்கு எங்கே போவது? ஜாதவும் அவரது குடும்பத்தினரும் தெருக்களில் இறங்கினர். நிதி கேட்டுக் கையேந்தினர். அதிலும் தனக்கு நிதி கொடுத்தவர்களுக் கெல்லாம் ரசீது கொடுத்தார் ஜாதவ். 'வருங்காலத்தில் இதை நிச்சயம் திருப்பிக் கொடுப்பேன்.'

ஏகப்பட்ட முறை அரசிடம் உதவி கேட்டும், போதிய பணம் கிடைக்கவில்லை. ராஜாராம் கல்லூரி முதல்வர் பாலசாகேப், தனது சொந்த வீட்டை கோலாப்பூரின் மராத்தா வங்கியில் அடமானம் வைத்தார். 7000 ரூபாய் கிடைத்தது. அதை ஜாதவிடம் வழங்கினார். உள்ளூர்ப் பிரமுகர்கள் சிலர் ஜாதவ் போட்டியில் கலந்துகொள்வதற்குத் தேவையான பொருள்கள் வாங்க உதவி செய்தனர்.

நமக்காக இத்தனை பேர் உதவி செய்திருக்கிறார்கள். அவர்களது நம்பிக்கையைக் காப்பாற்ற நான் வென்றே தீர வேண்டும் என்ற லட்சியத்துடன் ஜாதவ், ஹெல்சின்கி சென்று இறங்கினார். அவர் 57 கிலோ எடைப்பிரிவில் (Bantamweight, Freestyle) மோதவிருந்தார்.

கஸாபா தாதாசாகேப் ஜாதவ்

அதில் சர்வதேச அளவில் நட்சத்திர வீரர்கள் களமிறங்கியிருந் தார்கள். ஜாதவ், அதைப் பற்றியெல்லாம் யோசிக்கவே இல்லை.

முதல் ஐந்து போட்டிகள். ஒன்றில்கூட ஐந்து நிமிடத்துக்கு மேல் எடுத்துக் கொள்ளவில்லை. வென்று நிமிர்ந்தார் ஜாதவ். மெக்ஸிகோ, கனடா, ஜெர்மனி உள்ளிட்ட ஐந்து தேச வீரர்களை வீழ்த்தியிருந்தார். அடுத்த சுற்றுக்குத் தகுதி பெற்றார்.

அடுத்து ஷோகாச்சி இஷி என்ற ஜப்பானிய வீரருடன் மோதினார். இருவரும் கடுமையாக மல்லுக்கட்டினார்கள். தரைவிரிப்பில் விளையாடியே பழகிய இஷி, பதினைந்து நிமிட போராட்டத்துக்கு பிறகு ஜாதவை ஒரே ஒரு புள்ளி வித்தியாசத்தில் கஷ்டப்பட்டு வென்றார்.

அடுத்த சில நிமிடங்கள்கூட ஜாதவுக்கு ஓய்வு கொடுக்கப்பட வில்லை. சோவியத்தின் ராஷித் மாம்மத்பெயோவ் உடன் மோதச்

சொல்லி போட்டி அதிகாரிகள் அழைத்தனர். ஒரு போட்டிக்கும் இன்னொரு போட்டிக்கும் இடையே வீரருக்கு அரை மணி நேரமாவது ஓய்வு தேவை என்று விதி உண்டு. அதைச் சொல்லி ஜாதவுக்காகப் போராட இந்திய அதிகாரிகள் யாரும் அங்கே இல்லை.

ஜாதவ், ராஷித் உடன் அப்போதே மோத நிர்பந்திக்கப்பட்டார். களைப்பு அவரை ஆட்கொண்டிருந்ததால், தோற்றுப் போனார். போதிய அவகாசத்தில் ஜாதவ், ராஷித் உடன் மோதி வென்றிருந்தால், இறுதிச்சுற்றில் மீண்டும் இஷியுடன் மோதி தங்கப் பதக்கத்தைக்கூட வசப்படுத்தியிருக்கலாம். இஷி தங்கம் வெல்ல, அவரிடம் இறுதிச்சுற்றில் தோற்ற ராஷித் வெள்ளி வெல்ல, ஜாதவுக்கு வெண்கலம் கிட்டியது. ஒலிம்பிக்ஸில் தனி நபர் பிரிவில் இந்தியர் ஒருவர் வென்ற முதல் பதக்கம் அது. (அதற்குப் பிறகு 1996 ஒலிம்பிக்ஸ் வரை லியாண்டர் பயஸின் வெண்கல வெற்றிக்காக நாம் காத்திருந்தோம் என்பது சோக வரலாறு.)

வெண்கலம் வென்றதில் ஜாதவுக்கு பெருத்த ஏமாற்றம். தங்கத்தை தவறவிட்டு விட்டோமே என்று கவலையுடன் ஊருக்கு ரயிலில் வந்து இறங்கினார். மேள தாளங்கள் முழங்க ரயில் நிலையமே அல்லோலகல்லோலப்பட்டது. ரயில் நிலையத்திலிருந்து ஆட்ட பாட்டத்துடன் ஜாதவை ஊர்வலமாக அழைத்துச் சென்றனர். பல மணி நேரம் தொடர்ந்த ஊர்வலத்துக்கு 150க்கும் மேற்பட்ட மாட்டு வண்டிகளில் மக்கள் வந்து குவிந்திருந்தனர். 'இந்தியாவின் முதல் ஒலிம்பிக்ஸ் நாயகன்' நெகிழ்ந்து போனார்.

அதற்குப் பிறகு ஜாதவ், தனக்குக் கிடைத்த புகழைக் கொண்டு, மல்யுத்த காட்சிப் போட்டிகள் நடத்தி, அதில் தானும் கலந்து கொண்டு விளையாடினார். கிடைத்த பணத்தில் தான் ஒலிம்பிக்ஸ் செல்வதற்கு வாங்கிய கடன்களையெல்லாம் அடைத்தார். 1953ல் இந்தியாவுக்கு வந்த ஜப்பானிய உலக மல்யுத்த வீரரை வீழ்த்திக் காட்டினார். அதே ஆண்டில் ஜாதவுக்குக் காவல் துறையில் வேலை கிடைத்தது.

27 ஆண்டுகள் காவல் துறையில் இருந்த ஜாதவுக்கு, பெரும் போராட்டத்துக்குப் பிறகு, ஓய்வு பெறுவதற்குச் சில காலம் முன்புதான் துணை போலீஸ் கமிஷனராக பதவி உயர்வு

கிடைத்தது. அதற்குப் பிறகு பென்ஷன் பெறுவதற்குக்கூட போராட வேண்டியதிருந்தது. குடும்பத்தின் வறுமை தீரவில்லை. 1984ல் ஜாதவ், சாலை விபத்து ஒன்றில் இறந்துபோனார்.

அவர் உயிருடன் இருக்கும்போது, அரசு அவருக்கு எந்தவித விருதுகளும் வழங்கவில்லை. 2001ல்தான் ஜாதவுக்கு அர்ஜுனா விருது வழங்கப்பட்டது. அவரது குடும்பத்தினர் போராடியும் இதுவரை அவருக்கு பத்ம விருதுகள் எதுவும் வழங்கப்பட வில்லை. 2010ல் புதுடெல்லி இந்திரா காந்தி மைதானத்தின் மல்யுத்த அரங்கத்துக்கு ஜாதவின் பெயர் சூட்டப்பட்டது.

ஜாதவின் செல்லப்பெயர் பாக்கெட் டைனமோ. அன்றைக்கு ஜாதவ் போன்றோர் தன்முனைப்புடன் போராடி, தங்கள் அர்ப்பணிப்பால் மட்டுமே உலக அரங்கில் நம் தேசத்துக்கு பெருமை தேடித் தந்தனர். இன்றைக்கு வரை அந்த அவல நிலை தான் நம் இந்திய விளையாட்டு வீரர்களுக்குத் தொடர்கிறது. இந்த அவலச் சூழல் மாறாத வரை ஒவ்வொரு ஒலிம்பிக்ஸிலும் இந்தியாவுக்கு ஒரே ஒரு பதக்கமாவது கிடைக்காதா என்று ஏங்கிக் கொண்டே கிடக்க வேண்டியதுதான்.

ஒலிம்பிக்ஸ் என்ற பெருங்கனவை நோக்கி பயிற்சியில் ஈடுபட்டிருக்கும் ஒவ்வொரு இந்திய வீரர்களுக்கும் வீராங்கனைகளும் இந்தப் புத்தகம் சமர்ப்பணம்.

ஒலிம்பிக்ஸில், தீபத்தை ஓட்டமாக எடுத்துச் சென்று அதை தொடக்க விழா சமயத்தில் கொப்பரையில் ஏற்றும் வழக்கம் ஆரம்பிக்கப்பட்டது.

ஒவ்வொரு ஒலிம்பிக் போட்டிக்கும் பிரத்யேகமாக ஒலிம்பிக் தீவட்டி தயாரிக்கப்படுகிறது. ஒலிம்பிக்ஸ் ஆரம்ப விழாவுக்கு சில மாதங்களுக்கு முன்பாகவே, ஒலிம்பிக்ஸின் தாயகமான ஒலிம்பியாவில் இந்த தீவட்டி ஏற்றப்படுகிறது. பதினொரு கன்னிப் பெண்கள் சூழ்ந்திருக்க, சூரிய ஒளியை ஓர் ஆடியில் குவியச் செய்து அதன் மூலம் நெருப்பை உண்டாக்கி தீவட்டியை ஏற்றுகின்றனர். அதன்பின் காடு, மலை, பாலைவனம், கிராமம், நகரம், கடல், அருவி, வானம் என ஒவ்வொன்றையும் கடந்து ஒலிம்பிக்ஸ் நடைபெறும் மைதானத்தை நோக்கி ஒலிம்பிக் தீபத்தின் பயணம் ஆரம்பமாகும்.

யார் இறுதியில் மைதானத்தில் ஓடிவந்து ஒலிம்பிக் தீபத்தை ஏற்றப்போகிறார் என்பதை ஒவ்வொரு முறையும் ரகசியமாகவே வைத்திருப்பார்கள். அந்த கௌரவம் மிகப் பெரியது. 1964 டோக்கியோ ஒலிம்பிக்ஸில் ரசிகர்கள் யார் தீபத்தை ஏந்தி வரப்போகிறார்கள் என்று ஆவலுடன் காத்திருந்தனர். அப்போது பிரபலம் அல்லாத பருவ வயது இளைஞன் ஒருவன் தீபத்தை ஏந்தி ஓடிவந்தான்.

அவன் பெயர் யோஷினோரி ஷகாய். இரண்டாம் உலகப் போரில் ஹிரோஷிமா நகரம் மீது அணுகுண்டு வீசப்பட்ட அதே தினத்தில் பிறந்தவன். போருக்குப் பின் ஜப்பான் மீண்டெழுந்ததைக் குறிக்கும்விதமாகவும், உலகில் அமைதியை வலியுறுத்தும் விதமாகவும் மாணவன் யோஷினோரிக்கு தீபம் ஏற்றும் கௌரவம் அளிக்கப்பட்டது.

ஹிரோஷிமா நகரம் மீது
அணுகுண்டு வீசப்பட்ட
அதே தினத்தில் பிறந்தவன்.
போருக்குப் பின் ஜப்பான்
மீண்டெழுந்ததைக்
குறிக்கும்விதமாகவும்,
உலகில் அமைதியை
வலியுறுத்தும் விதமாகவும்
தீபம் ஏற்றும் கௌரவம்
அளிக்கப்பட்டது.

1992 பார்சிலோனாவில் ஒலிம்பிக் தீபம் ஏற்றப் பட்ட விதம் உலகை வாய்பிளக்கச் செய்தது.

ஒலிம்பியாவில் ஒலிம்பிக் தீபம் ஏற்றப்படுகிறது

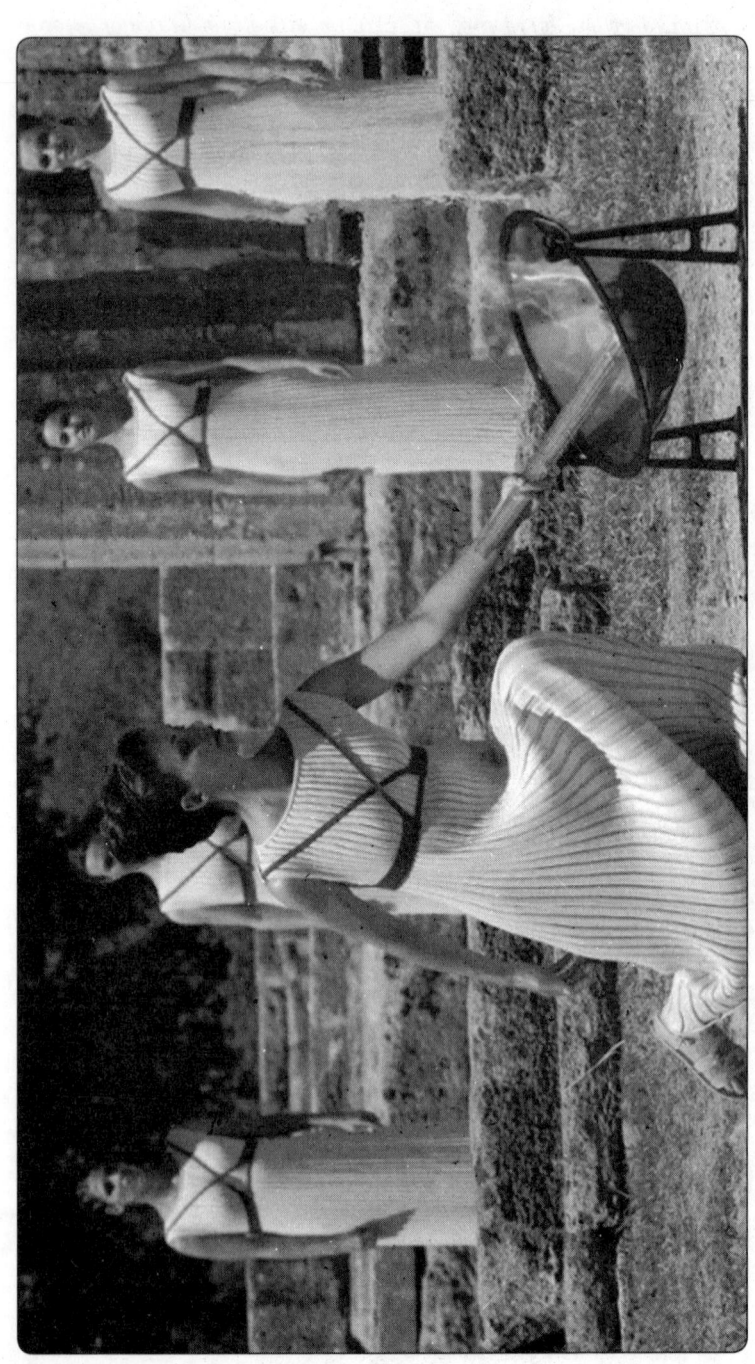

மைதானத்தில் பாராலிம்பிக் வில்வித்தை வீரர் ஆண்டனியோ ரெபோல்லோ காத்திருந்தார். மக்கள் ஆர்ப்பரிக்க ஒலிம்பிக் தீபத்தை ஏந்தி வந்த வீரர், ஆண்டனியோ கையில் இருந்த அம்பின் முனையில் பற்ற வைத்தார். ஆண்டனியோ ஒரு வில்லில் அந்த நெருப்பு அம்பைப் பொருத்தி, 181 அடி உயரத்தில் இருந்த கொப்பரையை நோக்கி எய்தார். ஒலிம்பிக் தீபம் மளமளவென எரிந்தது. அதைக் கண்ட ஒவ்வொருவரும் பரவசத்தில் ஆழ்ந்தனர். இதுவே மிகச் சிறந்த ஒலிம்பிக் தீப ஏற்றும் நிகழ் வாகக் கொண்டாடப்படுகிறது.

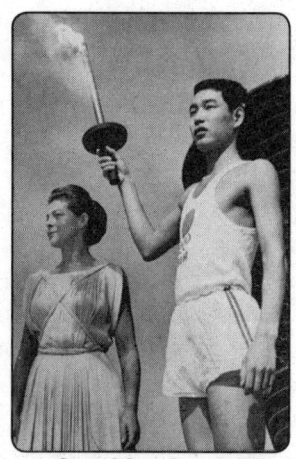

யோஷினோரி ஷகாய்

ஆனால், ஆண்டனியோ எய்த நெருப்பு அம்பு கொப்பரை தாண்டி வைக்கப்பட்டிருந்த மணல் பெட்டிகளில் பாதுகாப்பாகச் சென்று விழுந்தது. கொப்பரையின் மேலே எரிவாயு பரவி யிருந்தது. அம்பு எய்யப்பட்ட நொடியில் ரிமோட் கண்ட்ரோல் மூலம் கொப்பரையில் தீ ஏற்றப்பட்டது. எல்லாமே நாடகம். ரசிகர்களின் பாதுகாப்பு கருதியே இப்படிச் செய்தார்கள் என்று பின்னர் செய்திகள் வெளியாயின.

ஆண்டனியோ ரெபோல்லோ

ஒலிம்பிக் தீப ஓட்டம் நடைபெறும் இடத்தில் போராட்டம் செய்வது, எதிர்ப்புகளைத் தெரிவிப்பது, மிரட்டல் விடுப்பது, ஓட்டத்தைத் தடுக்க நினைப்பது என ஒவ்வொரு ஒலிம்பிக் ஓட்டத்திலும் இந்த நெருப்பைச் சுற்றிய அரசியல் போராட்டங் களுக்கும் குறைவே இல்லை. ஒலிம்பிக் தீபத்தை அணைக் காமல் நாடு நாடாக, ஊர் ஊராகக் கொண்டு செல்ல முடியுமா, அது அணைந்ததே இல்லையா என்ற கேள்விகள் எழலாம்.

அணைந்திருக்கிறது. அணைந்தால் மீண்டும் ஏற்றிக் கொண்டு ஓட்டத்தைத் தொடருவார்கள். அவ்வளவுதான்.

1976 மான்ட்ரியல் ஒலிம்பிக் போட்டிக்கான தீப ஓட்டம் நடைபெற்றது. ஆரம்ப விழாவில் கொப்பரையில் தீபம் ஏற்றுவதில் எல்லாம் பிரச்னையில்லை. இடையே ஒரு நாள் நல்ல காற்று, கனமழை. கொப்பரையில் நெருப்பு அணைந்து விட்டது. அன்று போட்டி எதுவும் இல்லாததால் மைதானத்தில் யாரும் இல்லை. ஒரே ஒரு பிளம்பர் அங்கே வேலை பார்த்துக் கொண்டிருந்தார். ஒலிம்பிக் தீபம் அணைந்ததும், பதறிய அவர் ஒரு செய்தித்தாளை எடுத்து சுருட்டி, தன் சிகரெட் லைட்டரால் அதைப் பற்றவைத்து ஒலிம்பிக் தீபம் ஏற்றும் பெருமையினைத் தனக்குத் தானே தேடிக் கொண்டார். அவர் பெயர், பியரி பௌசர்ட்.

இதைக் கண்டு பதறிய ஒலிம்பிக் அதிகாரிகள் சிலர் வேக வேகமாக வந்து அந்த தீபத்தை அணைத்தனர். ஒலிம்பிக்

சீன ஜிம்னாஸ்டிக் வீரர் லி நிங்

தீபத்தின் புனிதம் கெட்டுவிட்டது என பதறினர். மைதானத்தில் பத்திரமாக வைத்திருந்த பிரத்யேக ஒலிம்பிக் தீவட்டியை எடுத்து வந்து மீண்டும் தீபமேற்றி புனிதத்தை மீட்டெடுத்தனர்.

இதுவரையிலான நவீன ஒலிம்பிக்ஸ் வரலாற்றில் 2008 பீஜிங் ஒலிம்பிக் தீபத்தின் பயணம்தான் மிக நீளமானது. மார்ச் 24ல் ஆரம்பித்த ஓட்டம், ஆகஸ்ட் 8 வரை நடந்தது. அண்டார்டிகா தவிர, பிற ஆறு கண்டங்களிலும், 1,37,000 கிமீ பயணம். 21,880 பேர் சுமந்து ஓடினர். எவரெஸ்ட் சிகரத்தில்கூட அந்த ஒலிம்பிக் தீபம் பயணம் செய்தது. பறவைக்கூடு வடிவிலான தேசிய மைதானத்தில் சீன ஜிம்னாஸ்டிக் வீரர் லி நிங், கையில் ஒலிம்பிக் தீபத்துடன் அந்தரத்தில் பறந்தபடி ஒலிம்பிக் தீபத்தை ஏற்றி அனைவரையும் மெய்சிலிர்க்க வைத்தார்.

2016 ரியோ ஒலிம்பிக் தீப ஓட்டத்தில், அகதிகள் முகாமி லிருக்கும் ஆப்கனிஸ்தான், ஈரான், சிரிய அகதிகளும் பங்கேற்றுள்ளனர் என்பது குறிப்பிடத்தக்கது.

ஒவ்வொரு ஒலிம்பிக்ஸ் நிறைவு விழாவின் இறுதியாக ஒலிம்பிக் தீபம் அணைக்கப்படும். மீண்டும் அது ஒலிம்பியாவில் உயிர் பெறும்.

சரி, கழுத்தில் மெடல் போட்டப்பட்டதும் பல வீரர்கள் அதை எடுத்துக் பல்லால் கடிக்கிறார்களே. அது என்ன சம்பிரதாயம்?

மெடலைக் கடிக்கும் வீராங்கனைகள்

இதற்குப் பதில் கண்டுபிடிக்கப்படவில்லை. இந்தப் பழக்கத்தை யார், எப்போது, எதற்காக ஆரம்பித்து வைத்தார்கள் என்று தெரியவில்லை. ஆனால், அது ஒரு பாரம்பரியமாக பல காலமாகத் தொடர்ந்து கொண்டிருக்கிறது. 'பதக்கத்தோட வித்தியாசமா போஸ் குடுங்க' என்று யாரோ ஒரு புகைப்படக்காரர் தூண்டிவிட, யாரோ ஒரு வீரர் ஆரம்பித்து வைத்த பழக்கமாகத் தான் இது இருக்கும் என்று நம்பப்படுகிறது.

2010 குளிர்கால ஒலிம்பிக்ஸில் வெள்ளி வென்ற ஜெர்மன் வீரர் டேவிட் மோலர், புகைப்படத்துக்காகத் தன் பதக்கத்தின் ஓரத்தைக் கடித்தார். பாவம், அவரது பல்லின் சிறுபகுதி உடைந்துவிட்டது. பதக்கம் பெற்ற சந்தோஷத்தைவிட, பல் உடைந்த வேதனை அதிகமாகிப் போனது அவருக்கு. டேவிட்டின் தாயார் பல் மருத்துவர் என்பது இங்கே தகவலுக்காக.

1992 பார்சிலோனாவில் ஒலிம்பிக் தீபம் ஏற்றப்படும் வீடியோவைக் காண:
https://www.youtube.com/watch?v=gmRf41SVHS4

20

கே.டி. ஜாதவ் – இந்தியாவின் நாயகன்

ஆனந்த சுதந்தரம் அடைந்துவிட்டோம் என்று... ஆடியும் பள்ளுப் பாடியும் முடிப்பதற்குள் 1948 லண்டன் ஒலிம்பிக்ஸ் நமக்காகக் காத்திருந்தது. சுதந்தர இந்தியாவின் முதல் ஒலிம்பிக்ஸ் அணி அதில் கலந்துகொள்ளவிருந்தது. மொத்தம் 79 பேர். 10 விளையாட்டுகளில் கலந்துகொள்ளவிருந்தனர். அனைவருமே ஆண்கள்.

•

அந்த லண்டன் ஒலிம்பிக்ஸில் இந்தியாவுக்கு ஒரே ஒரு தங்கம் மட்டுமே கிடைத்தது. ஆம், ஹாக்கியில் தான். பத்தொன்பதாம் நூற்றாண்டில் பிரிட்டிஷார், இந்தியாவில் ஹாக்கியை அறிமுகப்படுத்தினார்கள். பிரிட்டிஷ் ராணுவத்தினர் ஹாக்கி விளையாடுவதைக் கண்டு, இந்தியர்களுக்கும் அதன் மேல் ஆவல் உண்டானது. 1885ல் கல்கத்தாவில் முதல் ஹாக்கி கிளப் அமைக்கப்பட்டது. பின்னர், பிற பெரு நகரங்களிலும் ஹாக்கி கிளப்கள் உருவாகின. 1924ல் சர்வதேச ஹாக்கி சம்மேளனம் உருவானது. 1928ல் இந்திய ஹாக்கி அணி முதன் முதலில் ஒலிம்பிக்ஸில் கலந்து கொண்டது. 1928 முதல் 1956 வரை நடந்த

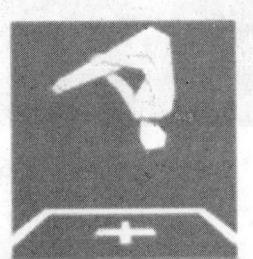

சுதந்திர இந்தியாவின் முதல் ஒலிம்பிக் அணி

1952 ஒலிம்பிக் இந்திய ஹாக்கி அணி

ஆறு ஒலிம்பிக் போட்டிகளில் இந்தியா, தொடர்ச்சியாகத் தங்கம் வென்றது. தொடர்ந்து 24 போட்டிகளில் தோல்வியையே சந்திக்கவில்லை. 178 கோல்களையும் போட்டது. எதிரணியினர் போட்ட ஒட்டுமொத்த கோல்கள் வெறும் 7.

இந்தியாவின் இந்த ஹாக்கி பொற்காலம், 1960 ஒலிம்பிக்ஸில் முடிவுக்கு வந்தது. அதில் நடந்த இறுதிப்போட்டியில் இந்தியா, நமது சகோதர நாடான பாகிஸ்தானிடம் தோற்றுப் போனது.

சுதந்தரத்துக்கு முன்பான இந்திய ஹாக்கி அணியில் பிரிட்டிஷ் வீரர்களும் இடம்பெற்றிருந்தனர். 1948 ஒலிம்பிக் ஹாக்கி அணி தான் பரிசுத்த சுதேசி அணி. அந்த அணி, லண்டனில் இறுதிப் போட்டியில் 4-0 இங்கிலாந்தைத் தோற்கடித்து சரித்திர வெற்றி பெற்றது.

1948 லண்டன் ஒலிம்பிக்ஸில் இந்தியாவின் சார்பாக மல்யுத்த வீரர்கள் 6 பேர் கலந்து கொண்டனர். அதில், கஸாபா தாதாசாகேப் ஜாதவ் (கே.டி. ஜாதவ்) என்ற மல்யுத்த வீரர், ஃப்ளைவெயிட் பிரிவில் ஆறாவது இடத்தைப் பிடித்தார். இந்திய ஒலிம்பிக்ஸ் சரித்திரத்தில் தனி நபர் பிரிவில் ஒருவர் அந்த உயரத்தை அடைந்தது அதுவே முதல் முறை.

காஸபா ஜாதவ், மஹாராஷ்டிராவின் கோலேஸ்வர் என்ற கிராமத்தில் பிறந்தவர் (1926). தந்தை தாதாசாகேபும் மல்யுத்த வீரர். மல்யுத்தப் பயிற்சியாளர். ஜாதவ் உடன் பிறந்தவர்கள் 4 சகோதரர்கள். மல்யுத்தமும் மல்யுத்தம் சார்ந்த சூழலிலும் வலிமையாக வளர்ந்தார் ஜாதவ். எட்டாவது வயதிலேயே,

உள்ளூர் மல்யுத்த சாம்பியன் ஒருவருடன் மோதி, இரண்டாவது நிமிடத்திலேயே அவரை வீழ்த்தினார். அதே சமயம் படிப்பிலும் கெட்டிக்காரராக இருந்தார். அவரது பள்ளி ஆசிரியர்கள் இருவர், மல்யுத்த வீரர்களாக இருந்தனர். அவர்கள் ஜாதவை ஊக்குவித்து மாவட்ட அளவில், தேசிய அளவில் போட்டிகளில் கலந்து கொள்ளச் செய்தனர்.

1948ல் கோலாப்பூர் ராஜாராம் கல்லூரியில் ஜாதவ் படித்துக் கொண்டிருந்தார். கல்லூரியில் அந்த ஆண்டுக்கான விளையாட்டுப் போட்டிகள் அறிவிக்கப்பட்டன. ஜாதவ், கல்லூரியின் உடற்பயிற்சி ஆசிரியர் முன்பு சென்று நின்றார். 'நான் மல்யுத்தப் போட்டியில் கலந்துகொள்ள விரும்புகிறேன்.'

ஆசிரியர் ஜாதவை மேலும் கீழும் அலட்சியமாகப் பார்த்தார். 'அதற்கெல்லாம் உடலில் வலிமை வேண்டும். உன்னால் முடியாது.'

ஜாதவ், கல்லூரி முதல்வர் பாலசாகேபிடம் முறையிட்டார். தான் மல்யுத்தத்தில் கலந்து கொள்ள என்ன செய்ய வேண்டும் என்று கேட்டார். தன் திறமையை நிரூபிக்க யாருடன் வேண்டு மானாலும் மோதத் தயார் என்று உறுதியாகச் சொன்னார் ஜாதவ். முதல்வர், போட்டி ஒன்றுக்கு ஏற்பாடு செய்தார்.

நிரஞ்சன் தாஸ் என்ற ஆறடி உயரமுள்ள, வலிமையான மல்யுத்த வீரர் ஜாதவ் முன்பு வந்து நின்றார். 5.5 உயரம் கொண்ட ஜாதவ், நிரஞ்சனை மண்ணோடு மண்ணாக அழுத்தி வீழ்த்த சில நொடிகளே எடுத்துக் கொண்டார்.

நிரஞ்சன் ஒப்புக்கொள்ள வில்லை. 'நான் தயாராகவே இல்லை. அதற்குமுன் இவன் அவசரப்பட்டு விட்டான்' என்று குற்றம் சாட்டினார். மறுபடியும் மோதச் சொன்னார்கள். மீண்டும் நிரஞ்சனுக்குத் தோல்வியைப் பரிசாகக் கொடுத்தார் ஜாதவ்.

நிதி கேட்டுக் கையேந்தினார். அதிலும் தனக்கு நிதி கொடுத்தவர்களுக்கெல்லாம் ரசீது கொடுத்தார் ஜாதவ். 'வருங்காலத்தில் இதை நிச்சயம் திருப்பிக் கொடுப்பேன்.'

138 முகில்

மல்யுத்தப் போட்டியில் ஜாதவ்

1948 லண்டன் ஒலிம்பிக் போட்டிக்கான இந்திய அணி தேர்ந்தெடுக்கப்பட்டபோது, மல்யுத்தத்தில் கலந்துகொள்ள ஜாதவும் ஆர்வம் காட்டினார். கோலாப்பூர் மகாராஜா, ஜாதவின் பயணச் செலவுகளுக்குப் பண உதவி செய்தார்.

லண்டன் ஒலிம்பிக் மல்யுத்தத்தில் ஜாதவ், ஆறாவது இடம் பிடித்ததே பெரும் ஆச்சரியம். காரணம், ஜாதவ் அதற்கு முன்பாக சர்வதேசப் போட்டிகளில் விளையாடியது கிடையாது. அவருக்கு சர்வதேச மல்யுத்த விதிகள் எல்லாம் புதிது. மண்ணில் மல்லுக்கட்டிப் பழகியவருக்கு, வழுக்கும் தரைவிரிப்பில் மல்லுக்கட்டுவது என்பது பழகாத ஒன்று. இத்தனையையும் தாண்டி அந்த உயரத்தைத் தொட்டவருக்கு, பதக்கம் வாங்காதது ஏமாற்றமாகத்தான் இருந்தது.

லண்டன் ஒலிம்பிக்ஸில் ரீஸ் கார்ட்னர் என்ற அமெரிக்காவைச் சேர்ந்த முன்னாள் உலக மல்யுத்த சாம்பியன், ஜாதவுக்குப் பயிற்சியளித்தார். அவருக்கு ஜாதவின் திறமை வியப்பூட்டியது. சர்வதேச மல்யுத்தப் போட்டிகளுக்கேற்பப் பலவிதமான பயிற்சிகளை, அறிவுரைகளை ரீஸ், ஜாதவுக்கு வழங்கினார்.

லண்டனிலிருந்து திரும்பிய நாள் முதலே அடுத்த ஒலிம்பிக்ஸ் நோக்கி ஜாதவின் பயிற்சிகள் ஆரம்பமாயின. *1952* ஒலிம்பிக்ஸ் பின்லாந்தின் ஹெல்சின்கி நகரில் நடைபெறுவதாக இருந்தது.

இந்திய மல்யுத்த அணியில் ஜாதவால் எளிதில் இடம்பெற முடியவில்லை. அதற்கு அவர் கடுமையான சவால்களைச் சந்திக்க வேண்டியதிருந்தது.

'மதராஸ் நேஷனல்ஸ்' என தேசிய அளவில் மல்யுத்தப் போட்டிகள் நடந்தன. அதில் ஜாதவ் கலந்துகொண்டு தன் வலிமையை வெளிப்படுத்தினார். ஆனால், அவருக்கு வேண்டுமென்றே புள்ளிகள் குறைவாக வழங்கப்பட்டன. ஒலிம்பிக்ஸில் கலந்துகொள்ள ஜாதவுக்குத் தகுதியில்லை என்றனர். இந்திய விளையாட்டில் அரசியல் அப்போதே ஆரம்பித்துவிட்டது.

ஜாதவ், பாட்டியாலா மகாராஜா பூபிந்தர் சிங்கிடம் நீதி கேட்டு முறையிட்டார். பாட்டியாலா மகாராஜா மல்யுத்தப் பிரியர். ஜாதவின் திறமை அறிந்தவர். தவிர, செல்வாக்கும் கொண்டிருந்தார். ஆகவே, அவர் தலையிட்டார். ஜாதவுக்காக ஒரு தேர்வுப் போட்டி ஏற்பாடு செய்யப்பட்டது. அதில் ஜாதவ் எளிதாக வென்றார். ஹெல்சின்கி ஒலிம்பிக்ஸில் கலந்துகொள்ளும் வாய்ப்பை உறுதி செய்தார்.

ஒலிம்பிக் செலவுகளுக்காக சுமார் 8000 ரூபாய் தேவைப்பட்டது. அவ்வளவு பணத்துக்கு எங்கே போவது? ஜாதவும் அவரது குடும்பத்தினரும் தெருக்களில் இறங்கினர். நிதி கேட்டுக் கையேந்தினர். அதிலும் தனக்கு நிதி கொடுத்தவர்களுக்கெல்லாம் ரசீது கொடுத்தார் ஜாதவ். 'வருங்காலத்தில் இதை நிச்சயம் திருப்பிக் கொடுப்பேன்.'

ஏகப்பட்ட முறை அரசிடம் உதவி கேட்டும், போதிய பணம் கிடைக்கவில்லை. ராஜாராம் கல்லூரி முதல்வர் பாலசாகேப், தனது சொந்த வீட்டை கோலாப்பூரின் மராத்தா வங்கியில் அடமானம் வைத்தார். 7000 ரூபாய் கிடைத்தது. அதை ஜாதவிடம் வழங்கினார். உள்ளூர்ப் பிரமுகர்கள் சிலர் ஜாதவ் போட்டியில் கலந்துகொள்வதற்குத் தேவையான பொருள்கள் வாங்க உதவி செய்தனர்.

நமக்காக இத்தனை பேர் உதவி செய்திருக்கிறார்கள். அவர்களது நம்பிக்கையைக் காப்பாற்ற நான் வென்றே தீர வேண்டும் என்ற லட்சியத்துடன் ஜாதவ், ஹெல்சின்கி சென்று இறங்கினார். அவர் 57 கிலோ எடைப்பிரிவில் (Bantamweight, Freestyle) மோதவிருந்தார்.

கஸாபா தாதாசாகேப் ஜாதவ்

அதில் சர்வதேச அளவில் நட்சத்திர வீரர்கள் களமிறங்கியிருந் தார்கள். ஜாதவ், அதைப் பற்றியெல்லாம் யோசிக்கவே இல்லை.

முதல் ஐந்து போட்டிகள். ஒன்றில்கூட ஐந்து நிமிடத்துக்கு மேல் எடுத்துக் கொள்ளவில்லை. வென்று நிமிர்ந்தார் ஜாதவ். மெக்ஸிகோ, கனடா, ஜெர்மனி உள்ளிட்ட ஐந்து தேச வீரர்களை வீழ்த்தியிருந்தார். அடுத்த சுற்றுக்குத் தகுதி பெற்றார்.

அடுத்து ஷோகாச்சி இஷி என்ற ஜப்பானிய வீரருடன் மோதினார். இருவரும் கடுமையாக மல்லுக்கட்டினார்கள். தரைவிரிப்பில் விளையாடியே பழகிய இஷி, பதினைந்து நிமிட போராட்டத்துக்கு பிறகு ஜாதவை ஒரே ஒரு புள்ளி வித்தியாசத்தில் கஷ்டப்பட்டு வென்றார்.

அடுத்த சில நிமிடங்கள்கூட ஜாதவுக்கு ஓய்வு கொடுக்கப்பட வில்லை. சோவியத்தின் ராஷித் மாம்மத்பெயோவ் உடன் மோதச்

சொல்லி போட்டி அதிகாரிகள் அழைத்தனர். ஒரு போட்டிக்கும் இன்னொரு போட்டிக்கும் இடையே வீரருக்கு அரை மணி நேரமாவது ஓய்வு தேவை என்று விதி உண்டு. அதைச் சொல்லி ஜாதவுக்காகப் போராட இந்திய அதிகாரிகள் யாரும் அங்கே இல்லை.

ஜாதவ், ராஷித் உடன் அப்போதே மோத நிர்பந்திக்கப்பட்டார். களைப்பு அவரை ஆட்கொண்டிருந்ததால், தோற்றுப் போனார். போதிய அவகாசத்தில் ஜாதவ், ராஷித் உடன் மோதி வென்றிருந்தால், இறுதிச்சுற்றில் மீண்டும் இஷியுடன் மோதி தங்கப் பதக்கத்தைக்கூட வசப்படுத்தியிருக்கலாம். இஷி தங்கம் வெல்ல, அவரிடம் இறுதிச்சுற்றில் தோற்ற ராஷித் வெள்ளி வெல்ல, ஜாதவுக்கு வெண்கலம் கிட்டியது. ஒலிம்பிக்ஸில் தனி நபர் பிரிவில் இந்தியர் ஒருவர் வென்ற முதல் பதக்கம் அது. (அதற்குப் பிறகு 1996 ஒலிம்பிக்ஸ் வரை லியாண்டர் பயஸின் வெண்கல வெற்றிக்காக நாம் காத்திருந்தோம் என்பது சோக வரலாறு.)

வெண்கலம் வென்றதில் ஜாதவுக்கு பெருத்த ஏமாற்றம். தங்கத்தை தவறவிட்டு விட்டோமே என்று கவலையுடன் ஊருக்கு ரயிலில் வந்து இறங்கினார். மேள தாளங்கள் முழங்க ரயில் நிலையமே அல்லோலகல்லோலப்பட்டது. ரயில் நிலையத்திலிருந்து ஆட்ட பாட்டத்துடன் ஜாதவை ஊர்வலமாக அழைத்துச்சென்றனர். பல மணி நேரம் தொடர்ந்த ஊர்வலத்துக்கு 150க்கும் மேற்பட்ட மாட்டு வண்டிகளில் மக்கள் வந்து குவிந்திருந்தனர். 'இந்தியாவின் முதல் ஒலிம்பிக்ஸ் நாயகன்' நெகிழ்ந்து போனார்.

அதற்குப் பிறகு ஜாதவ், தனக்குக் கிடைத்த புகழைக் கொண்டு, மல்யுத்த காட்சிப் போட்டிகள் நடத்தி, அதில் தானும் கலந்து கொண்டு விளையாடினார். கிடைத்த பணத்தில் தான் ஒலிம்பிக்ஸ் செல்வதற்கு வாங்கிய கடன்களையெல்லாம் அடைத்தார். 1953ல் இந்தியாவுக்கு வந்த ஜப்பானிய உலக மல்யுத்த வீரரை வீழ்த்திக் காட்டினார். அதே ஆண்டில் ஜாதவுக்குக் காவல் துறையில் வேலை கிடைத்தது.

27 ஆண்டுகள் காவல் துறையில் இருந்த ஜாதவுக்கு, பெரும் போராட்டத்துக்குப் பிறகு, ஓய்வு பெறுவதற்குச் சில காலம் முன்புதான் துணை போலீஸ் கமிஷனராக பதவி உயர்வு

கிடைத்தது. அதற்குப் பிறகு பென்ஷன் பெறுவதற்குக்கூட போராட வேண்டியதிருந்தது. குடும்பத்தின் வறுமை தீரவில்லை. 1984ல் ஜாதவ், சாலை விபத்து ஒன்றில் இறந்துபோனார்.

அவர் உயிருடன் இருக்கும்போது, அரசு அவருக்கு எந்தவித விருதுகளும் வழங்கவில்லை. 2001ல்தான் ஜாதவுக்கு அர்ஜுனா விருது வழங்கப்பட்டது. அவரது குடும்பத்தினர் போராடியும் இதுவரை அவருக்கு பத்ம விருதுகள் எதுவும் வழங்கப்படவில்லை. 2010ல் புதுடெல்லி இந்திரா காந்தி மைதானத்தின் மல்யுத்த அரங்கத்துக்கு ஜாதவின் பெயர் சூட்டப்பட்டது.

ஜாதவின் செல்லப்பெயர் பாக்கெட் டைனமோ. அன்றைக்கு ஜாதவ் போன்றோர் தன்முனைப்புடன் போராடி, தங்கள் அர்ப்பணிப்பால் மட்டுமே உலக அரங்கில் நம் தேசத்துக்கு பெருமை தேடித் தந்தனர். இன்றைக்கு வரை அந்த அவல நிலை தான் நம் இந்திய விளையாட்டு வீரர்களுக்குத் தொடர்கிறது. இந்த அவலச் சூழல் மாறாத வரை ஒவ்வொரு ஒலிம்பிக்ஸிலும் இந்தியாவுக்கு ஒரே ஒரு பதக்கமாவது கிடைக்காதா என்று ஏங்கிக் கொண்டே கிடக்க வேண்டியதுதான்.

ஒலிம்பிக்ஸ் என்ற பெருங்கனவை நோக்கி பயிற்சியில் ஈடுபட்டிருக்கும் ஒவ்வொரு இந்திய வீரர்களுக்கும் வீராங்கனைகளும் இந்தப் புத்தகம் சமர்ப்பணம்.